വിഞ്ചിയിൽ നിന്നൊരു മഹാത്ഭുതം

ലിയൊണാഡോ ഡാ വിഞ്ചി

Nadakkavu, Kozhikode, Kerala
Tel:0495–4020666
www.insightpublica.com
e-mail: insightpublica@gmail.com
Vinciyil Ninnoru Mahalbhutham:
Le Leonardo da Vinci
Author: **C M Rajan**
(Malayalam)
First Edition: February 2024

ISBN 978-93-5517-517-5
Printed and Published by
Insightinpublica Printers & Publishers Pvt. Ltd.
₹140

ലഘു ജീവചരിത്രം

വിഞ്ചിയിൽ നിന്നൊരു മഹാത്ഭുതം
ലിയൊണാഡോ ഡാ വിഞ്ചി

സി. എം. രാജൻ

INSIGHT PUBLICA ®

ജനനം: മെയ്, 1961, സ്ഥലം: ചന്തേര, കാസർഗോഡ് ജില്ല. വിദ്യാഭ്യാസം: പൂന സർവ്വകലാശാലയിൽനിന്നും ആംഗലേയ സാഹിത്യത്തിൽ ബിരുദാനന്തര ബിരുദം. ഹൈദരാബാദിലെ അന്തർദേശീയ വിദ്യാഭ്യാസ സ്ഥാപനമായ വിസ്സ ഇന്റർനാഷണലിൽ ഇംഗ്ലീഷ് പരിശീലകനായി പ്രവർത്തിക്കുന്നു. പ്രണയവും മൂലധനവും എന്ന കൃതിയുടെ പരിഭാഷയ്ക്ക് സാഹിത്യ അക്കാദമി അവാർഡ് ലഭിച്ചു.

മറ്റു കൃതികൾ: അസംബന്ധ പ്രബന്ധങ്ങൾ, ചന്തേര.

സാത്താന്റെ സുവിശേഷം, വിടവാങ്ങൽക്കുത്ത്, യേശുക്രൂശിതനാകുന്നു, പ്രണയവും മൂലധനവും, എലിനോർ മാർക്സ് (പരിഭാഷകൾ).

email: rajan.cm@gmail.com

സി. എം. രാജൻ

വിശ്വം പുതുക്കിവാർത്ത
വിസ്മയ മനീഷികൾ

നാളിതുവരെയുള്ള മനുഷ്യപുരോഗതിയുടെ മർമ്മസ്ഥാനം ശാസ്ത്രീയമായ അന്വേഷണങ്ങളും കണ്ടെത്തലുകളും അതിൻ ഫലമായുള്ള സാങ്കേതികവിദ്യയുടെ നിർമ്മിതിയുമാണെന്ന കാര്യത്തിൽ അധികം തർക്കങ്ങൾ ഉണ്ടാവാൻ സാധ്യതയില്ല. സാധാരണ പ്രകൃതി ജീവികളിൽ നിന്ന് മാനവിക ഭാവങ്ങളിലേയ്ക്ക് മനുഷ്യകുലത്തെ പരിവർത്തിപ്പിച്ചത് മനുഷ്യരുടെ അന്വേഷണങ്ങളും കണ്ടെത്തലുകളും തന്നെയാണ്. ഗുഹാജീവിതത്തിൽ നിന്നും കുതിച്ചുയർന്ന മനുഷ്യർ കൈയ്യെത്തിപ്പിടിച്ച നേട്ടങ്ങൾ ശാസ്ത്രജ്ഞാനം കൊളുത്തിവെച്ച വിജ്ഞാന വെളിച്ചമല്ലാതെ മറ്റെന്താണ്?

ശാസ്ത്രം കൊളുത്തിവെച്ച ജ്ഞാനത്തിന്റെ വെളിച്ചത്തെ ശാസ്ത്രജ്ഞരുടെ ജീവിതചിത്രണത്തിലൂടെ ആഖ്യാനം ചെയ്യുകയും ഓരോ ശാസ്ത്രജ്ഞരുടേയും ജീവിതത്തിന്റെ ഗതിവിഗതികളേയും കണ്ടെത്തലിനു പിന്നിലുള്ള കൗതുകകരമായ അനുഭവങ്ങളെയും ഈ പുസ്തകങ്ങൾ അനാവരണം ചെയ്യുന്നു.

പ്രതിഭാശാലികളായ ശാസ്ത്രജ്ഞരുടെ പ്രഭാപൂരമായ അന്വേഷണങ്ങളും കണ്ടെത്തലുകളും പുതുതലമുറകളിലേയ്ക്കു കൂടി പകരുക എന്ന ലക്ഷ്യത്തോടെയാണ് ഈ ഉദ്യമത്തിന് ഞങ്ങൾ തയ്യാറായത്.

ഈ പുസ്തകം തയ്യാറാക്കിയത് സി. എം. രാജൻ ആണ്. അദ്ദേഹത്തിന് നന്ദി. അന്ധവിശ്വാസങ്ങളുടെ മൂടുപടം പതുക്കെ പതുക്കെ നമ്മുടെ നവോത്ഥാന മൂല്യങ്ങൾക്കും പുരോഗമനാത്മക ചിന്തകൾക്കും മേലെ മറവിരിക്കുമ്പോൾ ഈ പുസ്തകം ശാസ്ത്ര വിജ്ഞാനത്തിന്റെ ഒരു കൈത്തിരിയായിരിക്കും എന്നു ഞങ്ങൾ പ്രതീക്ഷിക്കുന്നു.

സുമേഷ് ഇൻസൈറ്റ്

ഭാഗ്യംകെട്ട കുട്ടി

ഇറ്റലി എന്നൊരു രാജ്യമുണ്ടെന്ന് അറിയാമല്ലോ, അല്ലേ? ഫാഷനു പേരുകേട്ട ഫ്ലോറൻസ് നഗരം അവിടെയാണ്. ആ നഗരത്തിനടുത്ത് വിഞ്ചി എന്നു പേരുള്ള ഒരു ഗ്രാമമുണ്ട്. മലകൾ വലയം ചെയ്യുന്ന ഒരു ഗ്രാമം. അവിടെ, പണ്ടുപണ്ട്, എന്നുവെച്ചാൽ, പതിനഞ്ചാം നൂറ്റാണ്ടിൽ, സമ്പന്നനായ ഒരു വ്യാപാരി ഉണ്ടായിരുന്നു. നമ്മൾ ബിസിനസ് മാൻ എന്നൊക്കെ പറയുന്ന ഒരാൾ. പേര്, സെർ പിയെറോ. ഈ വ്യാപാരിക്കൊരു കാമുകി ഉണ്ടായിരുന്നു. പണമൊന്നുമില്ലാത്ത ഒരു കൃഷിപ്പണിക്കാരി. അവളുടെ പേര്, കാറ്ററീന. അവളുടെ തറവാട്ടുപേരൊന്നും ആർക്കുമറിയില്ല. പണമില്ലാത്തവർക്കെന്ത് തറവാട്? എന്ത് കുടുംബം? ലോകത്ത് അങ്ങനെയാണല്ലോ സംഗതികൾ.

പിയെറോയും കാറ്ററീനയും കല്യാണമൊന്നും കഴിച്ചില്ല. പക്ഷേ, അവർക്കൊരു കുഞ്ഞുണ്ടായി. പേര്, ലിയൊണാഡോ. സിംഹത്തിന്റെ കരുത്തുള്ളവൻ എന്നാണാ പേരിന്റെ പൊരുൾ. പേരൊക്കെ കേമം തന്നെ. ആരാണാ പേരിട്ടതെന്ന്, പക്ഷേ, ആർക്കുമറിയില്ല. അച്ഛൻ, പിയെറോ ആകാൻ വഴിയില്ല. കാരണം, ലിയൊണാഡോ പിറന്നപ്പോൾത്തന്നെ അയാൾ അവനെ ഉപേക്ഷിച്ചു. അവനെ മാത്രമല്ല, അവന്റെ അമ്മയെയും; അതായത് സ്വന്തം കാമുകിയെയും. കുഞ്ഞുണ്ടായത് ഒരു നാണക്കേടായിട്ടാണ്

അയാൾക്ക് തോന്നിയത്. അമ്മയെയും മകനെയും തള്ളിപ്പറഞ്ഞ് പിയെറോ വേറൊരു പെണ്ണിനെ കെട്ടി; വിഞ്ചി വിട്ട് ഫ്ലോറൻസിൽ സ്ഥിരതാമസമാക്കി.

പക്ഷേ, വിഞ്ചിയിലെ നാട്ടുകാർ പിയെറോയെ മറന്നില്ല. ലിയൊണാഡോയെക്കുറിച്ച് ചോദിച്ചാൽ അവരെന്താണ് പറഞ്ഞിരുന്നതെന്ന് അറിയാമോ?

"ഓ, ആ കുഞ്ഞോ? അതു നമ്മുടെ വിഞ്ചിയിലെ സെർ പിയെറോയുടെ മകൻ ലിയൊണാഡോ അല്ലേ?"

പിയെറോയുടെ പ്രേമവും, ലിയൊണാഡോയുടെ പിറവിയും നാട്ടിൽ പരസ്യമായ രഹസ്യമായിരുന്നു.

അച്ഛൻ മകനെ ഉപേക്ഷിച്ചു. അപ്പോൾ, അമ്മയോ? അമ്മയെന്തു ചെയ്തു? അമ്മ, കാറ്ററീനക്കും സ്വന്തം കുഞ്ഞ് ചതുർത്ഥിയായിരുന്നു. അവർക്കവനെ കണ്ണെടുത്താൽ കണ്ടുകൂടാ. "കണികാണാൻ പറ്റാത്ത വഹ" എന്നാണവർക്ക് കുഞ്ഞിനെക്കുറിച്ചുള്ള അഭിപ്രായം. നല്ല സ്നേഹമുള്ള അമ്മ, അല്ലേ? താനും തന്റെ കാമുകനും ചെയ്ത തെറ്റിന് കുഞ്ഞിനെ ശിക്ഷിക്കുന്ന അമ്മ!

കാറ്ററീന കുഞ്ഞിനെ തീരെ നോക്കിയില്ലെന്ന് പറയാൻ വയ്യ. നോക്കി; ഒന്നോ രണ്ടോ കൊല്ലത്തോളം. അതു കഴിഞ്ഞപ്പോൾ, അവൾക്കും മടുത്തു. അവളും, കുഞ്ഞിനെ ഉപേക്ഷിച്ച്, വേറൊരു കല്യാണം കഴിച്ചു; വേറൊരു കുടുംബം തുടങ്ങി. പാവം ലിയൊണാഡോ! അവന്റെ ഗതിയെന്താകും? അവനെയാരു നോക്കും? അവനാരുടെ കൂടെക്കഴിയും? വിഞ്ചി വിട്ട് ഫ്ലോറൻസ് പിടിച്ച പിയെറോ അതിനൊരു പരിഹാരം കണ്ടു - ലിയൊണാഡോ തന്റെ അച്ഛനമ്മമാരുടെ കൂടെ താമസിക്കട്ടെ. അയാൾ അത്രയെങ്കിലും ദയ കാട്ടിയത് ഭാഗ്യം!

പിയെറോയുടെ മാതാപിതാക്കൾ, അതായത് ലിയൊണാഡോയുടെ മുത്തച്ഛനും മുത്തശ്ശിയും, പ്രായാധിക്യം ചെന്നവരായിരുന്നു. മുത്തച്ഛന് പ്രായം അക്കാലത്ത് എൺപത്തിയഞ്ചായിരുന്നു. കൊച്ചുകുട്ടികളെ കളിപ്പിച്ചു നടക്കാൻ പറ്റുന്ന പ്രായമാണോ അത്?

എന്നിട്ടും, അദ്ദേഹമാ കുട്ടിയെ ഏറ്റെടുത്തു. അല്ലാതെന്തു ചെയ്യാൻ? മകന് കുഞ്ഞിനെ നോക്കാൻ വയ്യ; അവന് താന്തോന്നിയായ് നടക്കണം. നിങ്ങളുടെ ഭാഷയിൽപ്പറഞ്ഞാൽ, ചെത്തിനടക്കണം. ചെത്തിനടക്കുന്നവന് ചെക്കനെ നോക്കാൻ എവിടെ സമയം?

മുത്തച്ഛനും മുത്തശ്ശിയും കുഞ്ഞിനെ നോക്കി - അവന് തീറ്റ കൊടുത്തു; ഇടാൻ ഉടുപ്പ് കൊടുത്തു; കിടന്നുറങ്ങാൻ പായ കൊടുത്തു. അതേ കൊടുത്തുള്ളൂ. ഒരു കുഞ്ഞിന്, പക്ഷേ, അവശ്യം വേണ്ടതെന്താ? വാത്സല്യം, അല്ലേ? അതു മാത്രം അവർ കൊടുത്തില്ല. ആരും ആ കുഞ്ഞിനോട് വാത്സല്യം കാണിച്ചില്ല. ആരും എന്നു പറഞ്ഞുകൂടാ. അവനെ സ്നേഹിക്കാൻ മനസ്സുള്ള ഒരാളുണ്ടായിരുന്നു. അവന്റെയൊരമ്മാവൻ - ഫ്രാൻസെസ്കോ.

ഫ്രാൻസെസ്കോ ഒരു കൃഷീവലനായിരുന്നു. വിഞ്ചിയുടെ മനോഹരമായ ഭൂപ്രകൃതി ശരിക്കും ആസ്വദിച്ചിരുന്ന ഒരാൾ. വിഞ്ചിക്കു ചുറ്റും മലകളാണെന്ന് പറഞ്ഞല്ലോ. ഒലീവു മരങ്ങൾ തിങ്ങിവളരുന്ന ഈ മലകൾ കയറിയിറങ്ങുന്നത് അയാൾക്കൊരു ഹരമായിരുന്നു. മലകയറ്റത്തിന് കൂട്ടായി ലിയൊണാഡോയും കാണും. ഈ പർവ്വതാരോഹണമാണ് അവനെ പ്രകൃതിയെ സ്നേഹിക്കാൻ പഠിപ്പിച്ചത് - കുന്നുകളുടെ നിമ്നോന്നതങ്ങൾ, ഒലീവുകളുടെ വെള്ളിയിലകൾ, പറവകളുടെ ആകാശയാനം, കോടമഞ്ഞിൽപുതഞ്ഞ സൗമ്യമായ വെയിൽ - പ്രകൃതിയെ സ്നേഹിക്കാൻ ഇതിൽക്കൂടുതലെന്തു വേണം?

ലിയൊണാഡോ എവിടെപ്പോയാലും അവന്റെ കൂടെ ഒരു നോട്ടുപുസ്തകവുമുണ്ടാകും - ഒരു കുഞ്ഞു നോട്ടുബുക്ക്. അതിലവൻ അവന്റെ കണ്ണിനു പിടിക്കുന്നതൊക്കെ വരച്ചിടും. സ്കൂളിൽ പോയി പഠിക്കാൻ ഭാഗ്യമില്ലാതിരുന്ന കുട്ടിയാണ് ലിയൊണാഡോ. മുതിർന്ന് വലിയൊരാളായപ്പോൾ അവൻ തന്നെ സ്വയം വിശേഷിപ്പിച്ചതെങ്ങനെയാണെന്നോ:

“Omo sanza lettere.”

അതായത്, അക്ഷരമറിയാത്ത മനുഷ്യൻ.

അക്ഷരമറിയില്ലെങ്കിലെന്താ, അവന് വരക്കാൻ അറിയാമായിരുന്നു. അതവനെ ആരും പഠിപ്പിക്കേണ്ട കാര്യമുണ്ടായിരുന്നില്ല. മല കയറുമ്പോൾ കാണുന്നതെല്ലാം അവൻ കടലാസിലേക്ക് പകർത്തി - ചെടികൾ, പൂക്കൾ, ശലഭങ്ങൾ, പക്ഷികൾ, അരുവികളിൽ നീന്തുന്ന താറാവുകൾ.

എഴുതാനായാലും വരക്കാനായാലും കടലാസില്ലാതെ പറ്റില്ലല്ലോ. കടലാസിനാണെങ്കിലോ, മുടിഞ്ഞ വിലയും. ഈ ഭാഗ്യംകെട്ട കുട്ടിക്ക് ഇക്കാര്യത്തിൽ, പക്ഷേ, ഭാഗ്യമുണ്ടായി. അവന്റെ അച്ഛന് വ്യാപാരമുണ്ടായിരുന്നല്ലോ. അവിടെ കടലാസുകൾ ധാരാളമുണ്ടായിരുന്നു. തനിക്കിഷ്ടമില്ലാത്ത തന്റെ ചെക്കന് പിയെറോ, എന്തുകൊണ്ടോ, കടലാസുകൾ കൊടുത്തു. കുഞ്ഞുനാളിൽ താനുപേക്ഷിച്ച മകന് സെർ പിയെറോ നൽകിയ അമൂല്യസമ്മാനം.

വരക്കാനും എഴുതാനും അക്കാലത്ത് യൂറോപ്പിൽ കടലാസു മാത്രമല്ല ഉണ്ടായിരുന്നത്; തോൽക്കടലാസുമുണ്ടായിരുന്നു; നമ്മുടെ നാട്ടിൽ പനയോലയും. തോൽക്കടലാസിനെ 'പാർച്മെന്റ് (parchment)' എന്നാണ് പറയുക. ആടുകളുടെ, ചെമ്മരിയാടുകളുടെ ചർമ്മം ഉണക്കിയെടുത്ത് കടലാസുപോലെ പരത്തിയെടുത്തുണ്ടാക്കുന്നതുകൊണ്ടാണ് അതിന് തോൽക്കടലാസെന്ന പേരുവീണത്. മദ്ധ്യകാലത്തെ ബൈബിളൊക്കെ പാർച്മെന്റിലാണ് എഴുതിയിരുന്നത്; നമ്മൾ രാമായണവും മഹാഭാരതവുമൊക്കെ പനയോലയിൽ എഴുതിയിരുന്നതുപോലെ. ഇന്നു നാം ഉപയോഗിക്കുന്ന കടലാസു കണ്ടുപിടിച്ചത് ചീനക്കാരാണ് - ഒരു രണ്ടായിരം വർഷങ്ങൾക്കു മുമ്പ്. കടലാസുണ്ടാക്കാൻ അവർ മൾബറിമരത്തിന്റെ തോലുപയോഗിച്ചു. നല്ല മേന്മയുള്ള കടലാസുണ്ടാക്കാൻ ഇപ്പോൾ ആളുകൾ ഉപയോഗിക്കുന്നത് പഴന്തുണിയാണ്. കടലാസിനേക്കാൾ, പക്ഷേ, തോൽക്കടലാസിനാണ് കൂടുതൽ കട്ടിയും ബലവും. എന്നാൽ, ഒരു കുഴപ്പമുണ്ട്. തോൽക്കടലാസിന് കടലാസിനേക്കാൾ വില കൂടും. നിസ്വനായ ലിയൊണാഡോവിന് കടലാസു വെറുതേ കിട്ടിയതു തന്നെ മഹാഭാഗ്യം. തോൽക്കടലാസിനെപ്പറ്റി അവന് ചിന്തിക്കാൻപോലും പറ്റുമായിരുന്നില്ല.

ലിയൊണാഡോ വരക്കുകയായിരുന്നുവെന്നല്ല പറയേണ്ടത്. അവന്റെ വിരലുകളിൽനിന്ന് രേഖകൾ അനായാസം കടലാസിലേക്ക് ഒഴുകിവീഴുകയായിരുന്നു. അവൻ വരച്ച മുയലുകളും പക്ഷികളുമൊക്കെ വരച്ചതാണെന്ന് തോന്നുകയേയില്ല. അവ ജീവനുള്ളവയാണെന്നേ കണ്ടാൽ തോന്നുകയുള്ളൂ. അവന്റെ ചിത്രങ്ങൾക്ക് അത്രയും തന്മയത്വമുണ്ടായിരുന്നു. ചില കുട്ടികൾ അങ്ങനെയാണ്. അവർ പിറക്കുന്നതേ കഴിവുകൾക്കൊപ്പമാണ്. മൊസാർട്ട് (Mozart) എന്ന സംഗീതവിദ്വാനെക്കുറിച്ചറിയില്ലേ? അഞ്ചുവയസ്സിലേ സംഗീതശില്പങ്ങൾ തീർത്ത അത്ഭുതബാലനായിരുന്നല്ലോ മൊസാർട്ട്. നമ്മുടെ നാട്ടിലുമുണ്ടായിരുന്നു അത്തരമൊരു പ്രതിഭ. നിങ്ങൾക്കറിയാമായിരിക്കും - എഡ്മണ്ട് തോമസ് ക്ലിന്റ് എന്ന ചിത്രകാരനെ; ഏഴു വയസ്സാകും മുമ്പ് മരിച്ചു പോയ ക്ലിന്റ് എന്ന ആ കുട്ടിയുടെ വരകളും വർണ്ണങ്ങളും ആർക്കു മറക്കാനാകും? ലിയൊണാഡോ എന്ന കുഞ്ഞും അതുപോലൊരു അത്ഭുതപ്രതിഭയായിരുന്നു.

അമ്മാവനുമൊത്തുള്ള പർവ്വതാരോഹണം ലിയൊണാഡോവിനെ പ്രകൃതിസ്നേഹിയാക്കി. പ്രകൃതി സുന്ദരിയാണെന്ന് അവൻ തിരിച്ചറിഞ്ഞു. എന്നാൽ, പ്രകൃതി ഭീകരി കൂടിയാണെന്ന് അവൻ വൈകാതെ മനസ്സിലാക്കി - നമ്മുടെ നാട്ടിലെ കാളിയെപ്പോലൊരു ഭീകരസുന്ദരി. അവനു നാലു വയസ്സുള്ളപ്പോൾ ഗ്രാമത്തിലൊരു ചുഴലിക്കാറ്റു വീശി. വയലുകൾ നാശകോശമായി; കന്നുകാലികൾ ചത്തൊടുങ്ങി; ആളുകളും. അവനു പത്തു വയസ്സുള്ളപ്പോൾ ഫ്ലോറൻസിലെ ആർണോ നദി കരകവിഞ്ഞു. നഗരം വെള്ളത്തിലായി. ലിയൊണാഡോ കൊടുങ്കാറ്റും വെള്ളപ്പൊക്കവും നേരിട്ടു കണ്ടു. അവ അവന്റെ മനസ്സിൽ മായാതെ നിന്നു. ജീവിതകാലം മുഴുവൻ അവൻ ഒഴുകിപ്പോകുന്ന വെള്ളത്തിന്റെ പടങ്ങൾ വരച്ചുകൊണ്ടേയിരുന്നു.

ജീവൻ നിലനിൽക്കാൻ വെള്ളമില്ലാതെ പറ്റില്ല - ചെടികൾക്കായാലും, മൃഗങ്ങൾക്കായാലും. എന്നാൽ, വെള്ളം മരണവും കൊണ്ടുവരുമെന്ന് ലിയൊണാഡോവിനിപ്പോൾ ബോദ്ധ്യമായി. ജീവന്

ഒഴുകുന്ന വെള്ളം

ആധാരമായെതെന്തോ, അതു മരണത്തിനും ആധാരമാണ്. ജീവന്റെ മറുവശമാണ് മരണം. ഈ പ്രകൃതിശക്തിയുടെ ഇരുവശവും പഠിക്കാൻ, അങ്ങനെ അതിനെ സ്വാധീനത്തിൽ കൊണ്ടുവരാൻ അത്ര ചെറുപ്പത്തിലേ ലിയൊണാഡോ ആഗ്രഹിച്ചു.

Tobias and the Angel, 1470-80

The Madonna of the Carnation, ca. 1478–80

അത്ഭുതപ്രതിഭ

ഏതെങ്കിലുമൊരു കഴിവോടെയല്ലാതെ ഈ ഭൂമിയിലേക്ക് ഒരു കുഞ്ഞും പിറന്നു വീഴാറില്ല. അവരിൽ ചിലരുടെ പാടവം അപാരമായിരിക്കും. അപാരമായ പാടവമുള്ള പലരും ഈ ഭൂമുഖത്തുണ്ടായിരുന്ന കാലത്താണ് ഇറ്റലിയിലെ വിഞ്ചിയിൽ ലിയൊണാഡോ ജനിച്ചത് - 1452 ഏപ്രിൽ 15ന്. പോകെപ്പോകെ, അവരേക്കാളൊക്കെ കേമനായ് ആ കുഞ്ഞു വളർന്നുവന്നു - അച്ഛനമമ്മയും ആദ്യകാലത്ത് തിരിഞ്ഞു നോക്കാതിരുന്നിട്ടും. നാഥരുണ്ടായിട്ടും അനാഥനെപ്പോലെ ജീവിക്കേണ്ടി വന്ന അവനെ ലോകമറിയുന്നത് തറവാട്ടു പേരോട്ടു കൂടിയല്ല; പിറന്നു വീണ നാടിന്റെ പേരോടൊപ്പമാണ് - ലിയൊണാഡോ ഡാ വിഞ്ചി - വിഞ്ചിക്കാരൻ ലിയൊണാഡോ.

ഒന്നല്ല, ഒട്ടനവധി കഴിവുകളുടെ കേദാരമാണ് ലിയൊണാഡോ. ഏതൊരു ചിത്രകാരനെക്കാളും ഭംഗിയായ് ലിയൊണാഡോ വരക്കും; ചിത്രമെഴുതും. 'മോണാലിസ'യെന്ന് കേൾക്കാത്തവർ ആരുമുണ്ടാകില്ലല്ലോ? ലോകത്തിലെ അതിപ്രസിദ്ധമായ ഛായാച്ചിത്രമാണ് മോണാലിസ. അത് വരച്ചത് ലിയൊണാഡോയാണ്. കേവലമൊരു ചിത്രമെഴുത്തുകാരൻ മാത്രമല്ല ലിയൊണാഡോ; പ്രകൃതിയുടെ രഹസ്യങ്ങൾ വെളിച്ചത്തു കൊണ്ടുവരാൻ കിണഞ്ഞു പരിശ്രമിച്ച ശാസ്ത്രജ്ഞൻ കൂടിയാണ്. അതു കൂടാതെ, അദ്ദേഹം എഞ്ചിനീയറാണ്, കണ്ടുപിടുത്തക്കാരനാണ്,

മൊണോലിസ

കായികാഭ്യാസിയാണ്, സംഗീതജ്ഞനാണ്; വാസ്തുകലയിലും പ്രവീണനാണ്; ലോകത്തിലെ ആദ്യത്തെ സൈക്കിൾ നിർമ്മിക്കപ്പെടുന്നതിനു മുന്നൂറു വർഷങ്ങൾക്കു മുമ്പ് ബൈസിക്കിൾ രൂപകൽപ്പന ചെയ്ത ദേഹവുമാണ്.

ഇതിലെല്ലാമുപരി, ലിയൊണാഡോ സുന്ദരനുമായിരുന്നു - സുകുമാരകളേബരൻ. അദ്ദേഹത്തിന്റെ ശരിക്കുള്ള ഛായാചിത്രങ്ങളൊന്നും ലോകത്ത് കാണാനില്ലെങ്കിലും, അക്കാലത്തെ വിഞ്ചിക്കാർ അദ്ദേഹത്തെ വർണ്ണിക്കുമ്പോൾ ആ സൗന്ദര്യത്തെക്കുറിച്ച് വാതോരാതെ പറയും:

“ഒരു നോക്കു കണ്ടാൽ മതി, പെണ്ണുങ്ങൾ കണ്ണുംപൂട്ടി അവനെ പ്രേമിക്കാൻ. ശരിക്കുമൊരു കാമദേവൻ.”

മറ്റുള്ളവരുടെ മനം കവരാനുള്ള സൗകുമാര്യം രൂപഭാവങ്ങളിലുണ്ടായിരുന്നുവെങ്കിലും, ഈ വിഞ്ചിക്കാരൻ ലോകത്തൊരാളെയും വിശ്വസിച്ചിരുന്നില്ല. സ്വന്തമായ് കുടുംബമില്ലാത്ത ഡാ വിഞ്ചി എന്നും ഏകാകിയായിരുന്നു. ഒരു പതിനാറു കൊല്ലത്തോളം

അദ്ദേഹത്തിന് സ്വന്തമായ് വീടുപോലുമില്ലായിരുന്നു. എങ്കിലും, അദ്ദേഹത്തിന്റെ ആഗ്രഹങ്ങൾക്ക് ആകാശത്തിനുമപ്പുറത്തേക്ക് പറക്കാനുള്ള ചിറകുകളുണ്ടായിരുന്നു:

"ഞാൻ അത്ഭുതങ്ങളുണ്ടാക്കും," അദ്ദേഹം പറയുമായിരുന്നു.

എ. പി. ജെ. അബ്ദുൾ കലാം പറഞ്ഞതു പോലെ, സ്വപ്നത്തിന്റെ അഗ്നിച്ചിറകുകൾ (Wings of Fire) ഉണ്ടെങ്കിൽ, യാത്ര ദുർഘടമെങ്കിലും ലക്ഷ്യം സാദ്ധ്യമാണെന്ന വിശ്വാസം ഡാ വിഞ്ചിക്കുണ്ടായിരുന്നു.

ലോകം ഡാ വിഞ്ചിയെ ഒരത്ഭുതമായാണ് കാണുന്നത്. പക്ഷേ, അദ്ദേഹം തന്നെ, പിന്നീട്, സ്വയം വിലയിരുത്തിയതു ഒരു ഭൂലോകതോൽവിയായാണ്. താൻ കണ്ട ലക്ഷ്യത്തിൽ താനെത്തിച്ചേർന്നില്ലെന്ന് അദ്ദേഹം കരുതി. അദ്ദേഹത്തിന്റെ മഹത് സൃഷ്ടികളെല്ലാം അപൂർണ്ണമായിക്കിടന്നു. ഇരുപതാം നൂറ്റാണ്ടിൽ, ജർമ്മനിയിൽ, ഒരെഴുത്തുകാരൻ ഉണ്ടായിരുന്നല്ലോ - ഫ്രാൻസ് കാഫ്ക? അദ്ദേഹവും ഇങ്ങനെ സ്വയമൊരു പരാജയമാണെന്ന് കരുതി തന്റെ രചനകൾ അപൂർണ്ണമാക്കി ഉപേക്ഷിച്ചയാളാണ്. പക്ഷേ, ഈ രണ്ടുപേരും മനുഷ്യർക്കെത്തിച്ചേരാൻ കഴിയുന്ന ശ്രേഷ്ഠതയുടെ മാനദണ്ഡമുയർത്തിയവരാണ്. ഡാ വിഞ്ചിയേക്കാൾ മെച്ചമായി ആരെങ്കിലുമെന്തെങ്കിലും ചെയ്യുമെന്ന് വിഭാവനം ചെയ്യാൻ പ്രയാസമാണ്.

താൻ അത്ഭുതങ്ങൾ സൃഷ്ടിക്കുമെന്ന് ലിയൊണാഡോ പറഞ്ഞത് വിടുവായിത്തമല്ല. കുഞ്ഞുനാളിൽ അവൻ വരച്ച ചിത്രങ്ങൾ അതിനുള്ള സാക്ഷ്യങ്ങളാണ്. അവനെ വേണ്ടാത്ത അവന്റെ അച്ഛനു പോലും അതു മനസ്സിലായിക്കാണണം. അവന്റെ സ്കെച്ച് പുസ്തകം ഒന്നു നോക്കിയാൽ മതിയല്ലോ, അതു മനസ്സിലാകാൻ. ദുഷ്ടനാണ് സെർ പിയെറോ എന്നു നമുക്കു തോന്നുമെങ്കിലും, അയാൾ സാമാന്യബുദ്ധിയുള്ള മനുഷ്യനായിരുന്നു. മകനെ വേണ്ടെന്നു വെച്ചെങ്കിലും, അയാൾ അവനെ തീരെ കയ്യൊഴിഞ്ഞുവെന്ന് പറയാൻ വയ്യ. ജീവിതത്തിൽ അവനുള്ള അവസരങ്ങൾ

പരിമിതമാണെന്ന് അയാൾക്കറിയാമായിരുന്നു. കാറ്ററീനയെ താൻ വിവാഹം ചെയ്തില്ല; അതുകൊണ്ട്, ലിയൊണാഡോ ഒരവിഹിത സന്തതിയായി - നിയമസാധുതയില്ലാത്ത കുഞ്ഞ്. നിയമപ്രകാരം അച്ഛനുമില്ല; അമ്മയുമില്ല. അപ്പോൾ, ഒരു യൂണി വേഴ്സിറ്റിയിൽ ചേർന്ന് പഠിക്കാൻ അവന് സാദ്ധ്യമല്ല. അവനൊരു വക്കീലാകാമോ? ഇല്ല, അതു പറ്റില്ല. അച്ഛനെപ്പോലെ ഒരു വ്യാപാരി, ബിസിനസ് മാൻ, ആകാനാകുമോ? അതും പറ്റില്ല; ഡോക്ടറാകാനും പറ്റില്ല. പിന്നെ, അവനെന്താകാൻ പറ്റും? അവൻ നോട്ടുപുസ്തകത്തിൽ ചിത്രങ്ങൾ വരച്ചിടുന്നത് സെർ പിയെറോ കണ്ടിട്ടുണ്ടാകണം. അയാൾക്കൊരു ബുദ്ധി തോന്നി: തന്റെയീ അവിഹിത സന്തതി ഒരു കലാകാരനാകട്ടെ. കലയും മാന്യമായ ഒരു തൊഴിലാണല്ലോ; ഒരു വ്യാപാരവും. ആർക്കും കുറ്റം പറയാൻ പറ്റില്ല. ഫ്ലോറൻസിലെ ഒരു ചിത്രശാലയിൽ (Art Studio) അവൻ കല പരിശീലിക്കട്ടെ.

Madonna with a Flower (The Benois Madonna), ca. 1479–81

The Adoration of the Magi, 1481

വെറോക്കിയോവിന്റെ പണിപ്പുര

ഇന്നു നമ്മൾ ഇറ്റലിയെന്നു വിളിക്കുന്ന ദേശത്ത് അന്ന്, പതിനഞ്ചാം നൂറ്റാണ്ടിൽ, അഞ്ചു നഗരങ്ങളുണ്ടായിരുന്നു. അവയോരോന്നിനും വെവ്വേറെ ഭരണകൂടങ്ങളുമുണ്ടായിരുന്നു. അതിനാൽ, അവയെ നഗരഭരണകൂടങ്ങൾ (city-states) എന്നാണ് പറഞ്ഞിരുന്നത്. അവയിൽ സുപ്രധാനമായൊരു നഗരമാണ് ഫ്ലോറൻസ്. ഫ്ലോറൻസ് എന്നു കേട്ടാൽ ലോകർക്കാകെ അക്കാലത്ത് കുളിരുകോരും. അത്രയ്ക്ക് ആവേശമുണ്ടാക്കുന്ന നഗരമായിരുന്നു അന്ന് (ഇന്നുമതേ) ഫ്ലോറൻസ്. ഇറ്റലിയിലെ നഗരങ്ങൾക്കെല്ലാം സ്വന്തമായ ഭരണകൂടമുണ്ടായിരുന്നുവെന്ന് പറഞ്ഞല്ലോ. ഫ്ലോറൻസിലെ ഗവൺമെന്റിനെ 'സീഞോറിയ (Signoria)' എന്നാണ് വിളിച്ചിരുന്നത് – 'സീഞോർ' എന്നു പറഞ്ഞാൽ 'പ്രഭു' എന്നർത്ഥം; 'സീഞോറിയ' എന്നാൽ 'പ്രഭുത്വം' എന്നും. ഫ്ലോറൻസ് ഭരിച്ചിരുന്ന സീഞോറിയ, വാസ്തവത്തിൽ, ഒരൊറ്റ കുടുംബമായിരുന്നു - ഒരു പാട്ടു പണവും അതിലേറെ അധികാരവുമുണ്ടായിരുന്ന, 'മഡീചി (Medici)' എന്നു പേരുള്ള, ഒരു കുടുംബം.

മഡീചിയിലെ മനുഷ്യർ കലകളെ പ്രേമിച്ചവരാണ്. ഫ്ലോറൻസിൽ അവർ തീർത്ത വീടുകളും പള്ളികളും ഗ്രന്ഥാലയങ്ങളും

കൺകുളിർപ്പിക്കുന്ന സൗധങ്ങളാണ്. അവയെല്ലാം ഛായച്ചിത്രങ്ങൾകൊണ്ട് മോടിപിടിപ്പിക്കുവാൻ അവർ ഉത്സാഹിച്ചു. അക്കാലത്ത് ഫ്ലോറൻസിൽ ജോലി ചെയ്തിരുന്ന ഒരു കലാകാരനുണ്ടായിരുന്നു - അതിപ്രശസ്തനായ ഒരു കലാകാരൻ - ആന്ദ്രിയാ ദെൽ വെറോക്കിയോ (Andrea del Verrocchio). വെറോക്കിയോവിന് കയ്യിലൊതുങ്ങാത്തത്ര ജോലിയുണ്ടായിരുന്നു. സഹായത്തിന് ആളെ കിട്ടിയാൽ അത്രയും അനുഗ്രഹമായിയെന്ന് അങ്ങേർക്ക് തോന്നിയിരുന്ന കാലം. സെർ പിയെറോ തന്റെ അവിഹിത സന്തതിയെ അദ്ദേഹത്തിന്റെ സമീപത്തേക്കാണ് കൊണ്ടുപോയത്. ലിയൊണാഡോവിന് അദ്ദേഹത്തോടൊപ്പം താമസിച്ചു പഠിക്കാനുള്ള സൗകര്യം പിയെറോ ഏർപ്പെടുത്തി - താനുപേക്ഷിച്ച മകന് പിയെറോ ചെയ്തുകൊടുത്ത ഏക സൗഭാഗ്യം - വലിയൊരാശാന്റെ കീഴിൽ പണിയെടുക്കാൻ പറ്റുന്നതുപോലൊരു ഭാഗ്യം വേറേയില്ലല്ലോ.

വെറോക്കിയോവിന്റെ പണിയാലയിൽ ജോലിക്കായെത്തുമ്പോൾ ലിയൊണാഡോവിന് പന്ത്രണ്ടു വയസ്സായിരുന്നു. പരിശീലനത്തിനുള്ള വിദ്യാർത്ഥിയായിട്ടാണ് അവൻ ജോലിയിൽ കയറിയത്. പരിശീലനത്തിനുള്ളവരെല്ലാം ആൺകുട്ടികളായിരുന്നു; പേരിനുപോലും ഒരു പെൺകുട്ടിയുണ്ടായിരുന്നില്ല. പെൺകുട്ടികൾക്ക് പരിശീലനത്തിന് സമ്മതിയുണ്ടായിരുന്നില്ലെന്നുവേണം പറയാൻ. പരിശീലനകാലത്ത് ആർക്കും വേതനമൊന്നുമുണ്ടായിരുന്നില്ല - ഭക്ഷണം സൗജന്യമാണ്; താമസവും; ഇടക്ക് ചില്ലറ കാശും കിട്ടും.

ഒരാളുടെ കീഴിൽ പരിശീലനം നേടുന്നവരെ അപ്രന്റീസുകൾ (apprentices) എന്നു പറയും. വേറോക്കിയോവിന്റെ അപ്രന്റീസുകൾ കലയാണ് പരിശീലിച്ചത്. ആദ്യവർഷം അവർ വരക്കാൻ പഠിച്ചു. ഏഴെട്ടുകൊല്ലമായപ്പോൾ, അവർ ഛായച്ചിത്രങ്ങൾ എഴുതാൻ തുടങ്ങി; ചുവർച്ചിത്രങ്ങളുണ്ടാക്കാൻ പഠിച്ചു. ചുവർച്ചിത്രങ്ങളെ മ്യൂറൽ, അല്ലെങ്കിൽ ഫ്രസ്കോ എന്നും പറയും (മ്യൂറ എന്നാൽ

ചുമര്. മ്യൂറയിലെഴുതുന്ന ചിത്രം മ്യൂറൽ). ചിത്രങ്ങളുണ്ടാക്കാൻ മാത്രമല്ല അപ്രന്റീസുകൾ പഠിച്ചത്; ശില്പങ്ങളുണ്ടാക്കാനും പരിശീലിച്ചു - വെണ്ണക്കൽ ശില്പങ്ങളും വെള്ളോട്ടുശില്പങ്ങളും. അതേസമയം, അവർ കുടങ്ങൾ നിർമ്മിക്കാനും, വെള്ളികൊണ്ടും സ്വർണ്ണംകൊണ്ടും രൂപങ്ങളുണ്ടാക്കാനും പരിശീലനം നേടി; കൂട്ടത്തിൽ വാസ്തുകലയും (കെട്ടിടനിർമ്മാണവും) പഠിച്ചു.

അപ്രന്റീസുകൾ കല പരിശീലിച്ചാൽ മാത്രം പോരാ; അവർ പണിപ്പുര (studio) തൂത്തു വെടിപ്പാക്കണം; മൂത്ത കലാകാരന്മാർക്ക് ചില്ലറ സേവ ചെയ്യണം; രാത്രി പണി തീരുമ്പോൾ എല്ലാം വൃത്തിയായ് അടുക്കിവെക്കണം. അന്ന്, കലാസാമഗ്രികൾ വിൽക്കുന്ന കടകളില്ലായിരുന്നു. അതിനാൽ, ലിയൊണാഡോവിനും കൂട്ടുകാർക്കും സ്വന്തമായ് ചായവും ചായത്തൂലികകളും (ബ്രഷുകൾ) ഉണ്ടാക്കേണ്ടി വന്നു. പല തരം ജന്തുക്കളുടെ രോമങ്ങൾ മരപ്പിടികളിൽ പിടിപ്പിച്ചാണ് ബ്രഷുകൾ ഉണ്ടാക്കിയത്. പന്നികളുടെ രോമം കൊണ്ട് നല്ല പരുപരുപ്പുള്ള ബ്രഷുണ്ടാക്കാം; അണ്ണാന്മാരുടെ രോമം നനുത്ത ബ്രഷുണ്ടാക്കാൻ സഹായിക്കും. ചായത്തിന് അക്കാലത്ത് ഉപയോഗിച്ചിരുന്നത് ടെമ്പറ (tempera) എന്നു വിളിക്കപ്പെടുന്ന ഒരു വസ്തുവാണ്. ടെമ്പറയിൽ എണ്ണയല്ല അടിത്തറ; മുട്ടയുടെ മഞ്ഞക്കരുവാണ്. എണ്ണച്ചായം ഇറ്റലിയിൽ വരുന്നത് വളരെ വൈകിയാണ് - 1470-കൾക്കു ശേഷം. അതിനുമുമ്പേ എണ്ണച്ചായമുപയോഗിച്ചവർ നെതർലണ്ടുകാരാണ് - ഡച്ചുകാർ. അതുവരെ ഇറ്റലിക്കാർ മുട്ടച്ചായമാണ് (ടെമ്പറ) ഉപയോഗിച്ചത്.

ലിയൊണാഡോ നിറങ്ങളുണ്ടാക്കാനും പഠിച്ചു. ലാപ്പസ് ലാസ്യൂലൈ (lapis lazuli -സ്വർഗ്ഗശില എന്നാണ് ഈ പദത്തിന്റെ അർത്ഥം) എന്ന കല്ല് പൊടിച്ച് അവൻ നീലനിറമുണ്ടാക്കി; മഞ്ഞ നിറമുണ്ടക്കാൻ അവനൊരു കാട്ടുപഴമാണ് ഉപയോഗിച്ചത്. ലിയൊണാഡോവിന്റെ കാലത്ത് ചിത്രലേഖനം ക്യാൻവാസിലായിരുന്നില്ല; പരന്ന മരപ്പലകകളിലായിരുന്നു. ചിത്രമെഴുതുന്നതിനു മുമ്പ്, തുടക്കത്തിൽ, പലക ഒരുക്കിയെടുക്കണം. അതിനായി പലക വേവിച്ചെടുക്കും. വേവിച്ചു കഴിഞ്ഞാൽ പലക പിന്നീട്

വിണ്ടുകീറില്ല. അതിനു ശേഷം, പലകയിൽ പശ പൂശും. അതു കഴിഞ്ഞ്, പലക 'ഗെസ്സോ' എന്നൊരു ചുണ്ണാമ്പുകൊണ്ട് പൂശും. അതോടെ, പലക മൃദുവും മിനുസമാർന്നതുമാകും. മരപ്പലക ഇത്തരത്തിൽ ഒരുക്കിയെടുക്കേണ്ടതാരാ? സംശയം വേണ്ട, ആ ജോലി അപ്രന്റീസുകളുടേതു തന്നെ. പലക റെഡിയായാൽ മൂത്ത കലാകാരന്മാർ അവയിൽ ചിത്രരചന തുടങ്ങുകയായി.

അന്നത്തെ കലാകാരന്മാരുടെ പണിപ്പുരയിൽ പടിപടിയായാണ് ഒരാൾ മുന്നോട്ടു നീങ്ങിയിരുന്നത്. ആദ്യപടി പഠിതാവിന്റേതാണ് - അതായത്, അപ്രന്റീസ്. പഠിതാവിനു മുകളിൽ 'ജേണീമാൻ (journeyman)' എന്നു വിളിക്കപ്പെടുന്ന പണിക്കാർ. അവർ തൊഴിൽ പരിശീലനം സിദ്ധിച്ചവരാണ്; എന്നാൽ, ആശാന്മാർ ആയിട്ടില്ലാത്തവർ. അവർക്ക് അനുഭവസമ്പത്തുണ്ടാകും. അതിനാൽ, അവരുടെ ജോലി പഠിതാക്കളെ പഠിപ്പിക്കുകയെന്നതാണ്. നല്ല പാടവമുള്ളവരാണവരെങ്കിലും, അവർക്ക് കലാകാരന്മാരുടെ ഗിൽഡിൽ അംഗത്വമുണ്ടാകില്ല. തൊഴിലാളി യൂണിയൻ എന്നു കേട്ടിട്ടില്ലേ? അതുപോലൊന്നാണ് ഈ 'ഗിൽഡ്'; കലാകാരന്മാരുടെ താല്പര്യങ്ങൾ സംരക്ഷിക്കാനുള്ള ഒരു സമാജം. വെറോക്കിയോവിന്റെ പല സഹായികൾക്കും ഗിൽഡിൽ അംഗത്വമുണ്ടായിരുന്നു. അവരെ 'ആശാന്മാർ (masters)' എന്നാണ് വിളിച്ചിരുന്നത്. പണിപ്പുരയിൽ എല്ലാവർക്കും മുകളിലായിരുന്നു വേറോക്കിയോ - ആശാന്മാരുടെ ആശാൻ - പെരിയ ആശാൻ (master of masters).

വേറോക്കിയോവിന്റെ കാലത്ത് ആൾക്കാർക്കു വേണ്ടിയിരു ന്നത് രണ്ടു തരം ചിത്രങ്ങളാണ്. ഒന്ന്, ഛായാചിത്രങ്ങൾ - പോർ ട്രെയ്റ്റ്സ് (portraits) - അവനവന്റെ, അല്ലെങ്കിൽ സ്വന്തം കുടുംബാംഗങ്ങളുടെ ഛായാചിത്രം. രണ്ട്, മതാത്മക ചിത്രങ്ങൾ - ക്രിസ്തുവിന്റെയും പുണ്യാളന്മാരുടെയും ജീവിതത്തിൽനിന്നുള്ള സന്ദർഭങ്ങൾ - അവസാനത്തെ അത്താഴം പോലുള്ളവ. മലകളും പുഴകളും ഉദ്യാനങ്ങളുമൊന്നും അന്നത്തെ കലാകാരന്മാർ വരച്ചി രുന്നില്ല. അവ ചിത്രരചനക്കുള്ള വിഷയങ്ങളാണെന്ന് അവർക്കു തോന്നിയിരുന്നില്ല. അതുപോലെതന്നെ, നിശ്ചലദൃശ്യങ്ങളും - പൂപ്പാത്രങ്ങൾ, പഴപ്പാത്രങ്ങൾ, അത്താഴമേശ തുടങ്ങിയവ - ചിത്ര ത്തിനുള്ള വിഷയങ്ങളാണെന്ന് ഈ കലാകാരന്മാർക്ക് തോന്നി യില്ല. അവയൊക്കെ മതസംബന്ധമായ ചിത്രങ്ങളുടെ ഭാഗമായ് വന്നെങ്കിൽ ശരി; അല്ലാതെ, അവയെ കേന്ദ്രീകരിച്ചൊരു ചിത്രം അവർ വരച്ചിരുന്നില്ല.

പണിപ്പുരയിലെ ആശാനും, അതായത് വെറോക്കിയോവും, അദ്ദേഹത്തിന്റെ സഹായികളും ഒരു നേരത്ത് ഒരു ജോലിയല്ല, പല ജോലികളാണ് ചെയ്യാറുണ്ടായിരുന്നത്. ആളുകൾ വെറോ ക്കിയോവിനോട് എന്തുണ്ടാക്കാൻ ആവശ്യപ്പെടുന്നുവോ, അവരെ ല്ലാംകൂടി അതുണ്ടാക്കും. പണിപ്പുരയുടെ തലവനെന്ന നിലയിൽ വെറോക്കിയോവാണ് കച്ചവടം നടത്തുക; ഉടമ്പടികളുണ്ടാക്കുക. ഉടമ്പടിയിൽ എല്ലാം വിശദമായുണ്ടാകും - എന്താണുണ്ടാക്കേ ണ്ടത് (അത് അശ്വാരൂഢനായ ഒരു പടത്തലവന്റെ പ്രതിമ യാകാം), ഉണ്ടാക്കാൻ എത്ര കാലമെടുക്കും, എന്തു വിലയാകും (വെണ്ണക്കല്ലാണെങ്കിൽ വില കൂടും; ശില്പത്തിൽ സ്വർണ്ണച്ചീളുകൾ പിടിപ്പിക്കണമെങ്കിൽ, വില ഇനിയും കൂടും), അങ്ങനെ എല്ലാം. ചിത്രത്തിലും ശില്പത്തിലുമൊക്കെ ആശാൻ, വേറോക്കിയോ മാത്രമേ ഒപ്പുവെക്കൂ.

ലിയൊണാഡോവിന് അത്ഭുതകരമായ കഴിവുണ്ടെന്ന് അവന്റെ വര കണ്ടമാത്രയിൽത്തന്നെ വെറോക്കിയോവിന് അനുഭവപ്പെട്ടിരുന്നു - ജന്മനാ കഴിവുള്ളവനാണ് ലിയൊണാഡോ.

അതുകൊണ്ടൊരു ഗുണമുണ്ടായി. ആദ്യപാഠങ്ങൾ അവൻ സ്വായത്തമാക്കിയതോടെ, വെറോക്കിയോ അവനു പല സുപ്രധാന ജോലികൾ നൽകി.

പടം വരപ്പിക്കാൻ വരുന്നവർ (ഇവരെ പെയ്ട്രൺ - patron- എന്നാണ് പറയുക) ചിലപ്പോഴൊക്കെ ഫ്ലോറൻസിലെ പള്ളികളിലേക്കു വേണ്ടി ചിത്രങ്ങൾ സംഭാവന ചെയ്യാറുണ്ട് - മതപരമായ ചിത്രങ്ങൾ. അതൊന്നുകിൽ പുൽത്തൊഴുത്തിലെ കുഞ്ഞിയേശുവും, മേരിയും, ജോസഫും, ഇടയന്മാരും മൂന്നു വിദ്വാന്മാരുമുള്ളതാകും. ചിലപ്പോൾ പടം വരപ്പിച്ചയാൾ തന്നെയും തന്റെ ഭാര്യയെയുംകൂടി ചിത്രത്തിലുൾപ്പെടുത്തും. ചിത്രത്തിൽ അവർ ഒരു വശത്തായി മുട്ടുകുത്തി നിൽപ്പുണ്ടാകും. പുണ്യാളന്മാരേക്കാൾ ചെറുതായിട്ടായിരിക്കും അവരെ ചിത്രത്തിൽ വരച്ചുവെച്ചിട്ടുണ്ടാകുക. ഞായറാഴ്ചകളിൽ പള്ളിയിൽ വരുന്നവർ മേരിയെയും ഉണ്ണിയേശുവിനെയും മാത്രമല്ല കാണുക; കൂട്ടത്തിൽ പണം കൊടുത്ത് ചിത്രമെഴുതിച്ച വീരനെയും കാണും. താനൊരു പ്രമാണിയാണെന്ന് മറ്റുള്ളവരെ പെയ്ട്രണ് അറിയിക്കാൻ പറ്റിയ നല്ലൊരു വഴിയാണീ ചിത്രപ്രദർശനം.

ഒരിക്കൽ, വെറോക്കിയോവിനെ യേശുവിന്റെ 'ജ്ഞാനസ്നാനം' വരക്കാൻ ആരോ ചുമതലപ്പെടുത്തി. ചിത്രത്തിൽ യേശു പാറക്കെട്ടുകളുള്ള ഒരരുവിയിൽ അങ്ങനെ നിൽക്കുകയാണ്. സ്നാപകയോഹന്നാൻ അവന്റെ ശിരസ്സിൽ ജലാഭിഷേകം നടത്തുന്നു. അവന്റെ ഇടതുവശത്തായി രണ്ടു മാലാഖമാർ. ഇതെല്ലാം വരച്ചത് വെറോക്കിയോവാണ് - ഇടതുവശത്തുള്ള ഒരു മാലാഖയെ ഒഴിച്ച്. അതു വരച്ചത് ലിയൊണാഡോ ആണ്. ചിത്രത്തിൽ മാലാഖ യേശുവിനെ ഉറ്റു നോക്കുകയാണ് - സംഭവിക്കുന്ന കാര്യത്തിന്റെ ഗൗരവമെന്തെന്ന് ശരിക്കും മനസ്സിലായതു പോലെ. അവന്റെ മുഖമോ - മധുരവും ദീപ്തവും. ചിത്രത്തിലെ മറ്റുള്ളതെല്ലാം നിർജ്ജീവമാണെന്ന് തോന്നുമെങ്കിലും, ഈ മാലാഖ ജീവനുള്ളവനാണെന്നേ ചിത്രം കാണുന്നവർക്ക് തോന്നുകയുള്ളൂ.

ആ ഒരു ചിത്രം മതിയായിരുന്നു വെറോക്കിയോവിന് ലിയൊണാഡോവിന്റെ പ്രതിഭ തിരിച്ചറിയാൻ:

ജ്ഞാനസ്നാനം

"ഈ ഡാ വിഞ്ചി, വിഞ്ചിക്കാരൻ, സാമാന്യനല്ല; ഇവനെപ്പോലെ കഴിവുള്ളവനെ താൻ ഒരിടത്തും, ഒരു കാലത്തും കണ്ടിട്ടില്ല. എന്തിന്, ആശാന്മാരുടെ ആശാനായ തനിക്കുപോലും തന്റെയീ അപ്രന്റീസിന്റെ കഴിവില്ല."

ലിയൊണാഡോവിന്റെ മാലാഖയെ കണ്ടതിൽപ്പിന്നെ വെറോക്കിയോ ഛായത്തൂലിക കൈകൊണ്ട് തൊട്ടില്ല. അങ്ങനെയാണ് നാട്ടിൽ പുലർന്നുപോന്ന കഥ. അദ്ദേഹം ശില്പങ്ങളുണ്ടാക്കി; സ്വർണ്ണസാമഗ്രികളുണ്ടാക്കി; പക്ഷേ, ഛായാച്ചിത്രങ്ങൾ മാത്രം, ദ്ദേഹേ, ഉണ്ടാക്കിയില്ല.

St. Jerome in the Wilderness, ca. 1481-82

വലിയ ലോകത്തിലെ വലിയ മനുഷ്യൻ

പതിമൂന്നു വർഷങ്ങൾ- നീണ്ട പതിമൂന്നു വർഷങ്ങളാണ് ലിയൊണാഡോ വെറോക്കിയോവിന്റെ പണിപ്പുരയിൽ തങ്ങിയത്. അപ്രന്റീസായിത്തുടങ്ങിയ അവൻ ഒടുവിൽ ആശാനായി; ഗിൽഡിൽ അംഗത്വമുള്ളവനായി. അത്രയുമായിട്ടും, ലിയൊണാഡോ ആ പണിപ്പുരവിട്ട് പുറത്തുപോയില്ല; സ്വന്തമായൊരു പണിപ്പുര ഉണ്ടാക്കിയില്ല. വെറോക്കിയോവിന്റെ പണിപ്പുര അവന് സ്വന്തം വീടുപോലെ ആയിരുന്നു. അവിടെ താൻ സനാഥനാണെന്ന് അവനു തോന്നിയിരുന്നു. വെറോക്കിയോ എന്ന ആശാൻ അലിവുള്ളവനായിരുന്നു. അദ്ദേഹത്തിന് ലിയൊണാഡോവിനോട് നല്ല ഇഷ്ടമായിരുന്നു.

മാത്രമല്ല, ഫ്ലോറൻസ് അക്കാലത്ത് ആർക്കും ആവേശമുണ്ടാക്കുന്ന ഒരു നഗരമായിരുന്നു - പുതുപുത്തൻ ആശയങ്ങളുടെ, പുസ്തകങ്ങളുടെ നഗരം. പതിനഞ്ചാം നൂറ്റാണ്ട് പകുതിയാകുന്നതുവരെ അച്ചടിച്ച പുസ്തകങ്ങളില്ലായിരുന്നുവെന്നത് ശരി. പക്ഷേ, കയ്യെഴുത്തു പുസ്തകങ്ങൾ ധാരാളമായുണ്ടായിരുന്നു - പുസ്തകങ്ങളിൽ മനോഹരമായ ചിത്രങ്ങളും. ഓരോ പുസ്തകവും ഒരു കലാസൃഷ്ടിയായിരുന്നുവെന്നുവേണം പറയാൻ.

പുസ്തകങ്ങൾ കൈകൊണ്ടെഴുതിയുണ്ടാക്കുക ഏറെ

ഗുട്ടൻബർഗിന്റെ പ്രസ്സ്

ശ്രമകരമായ കാര്യമാണ്. അങ്ങനെയിരിക്കെയാണ്, 1450-ൽ, ജർമ്മനിയിൽ, യോഹന്നാസ് ഗുട്ടൻബർഗ് എന്നൊരാൾ ഒരു കണ്ടുപിടുത്തം നടത്തിയത്. ഗുട്ടൻബർഗ് എന്നു കേൾക്കുമ്പോൾ തന്നെ കണ്ടുപിടിത്തമെന്തെന്ന് മനസ്സിലായിക്കാണുമല്ലോ, അല്ലേ? അതെ, അങ്ങേർ ഒരച്ചുകൂടം ഉണ്ടാക്കി - അച്ചടിക്കുന്ന യന്ത്രം. അച്ചുകൂടത്തിലൂടെ പുറത്തുവന്ന ആദ്യ പുസ്തകമേതെന്നോ? സംശയം വേണ്ട, ബൈബിൾ തന്നെ - അതിനേക്കാൾ പ്രധാന മായ മറ്റൊരു പുസ്തകം അന്ന് നിലവിലില്ലല്ലോ. താമസിയാതെ, മറ്റു പുസ്തകങ്ങളും അച്ചടിക്കപ്പെട്ടു - ഗണിതഗ്രന്ഥങ്ങൾ, ഭൂപടങ്ങൾ, പ്ലേറ്റോയുടെ പുസ്തകങ്ങൾ, അരിസ്റ്റോട്ടിലിന്റെ പുസ്തകങ്ങൾ. പുസ്തകങ്ങൾ തുരുതുരാ വന്നുകൊണ്ടിരുന്നപ്പോൾ, ആളുകൾ വായനയുമാരംഭിച്ചു.

“Omo sanza lettere” - നിരക്ഷരൻ - എന്നാണ് ഡാ വിഞ്ചി (ഇനി മുതൽ നമുക്ക് ലിയൊണാഡോയെ അങ്ങനെ വിളിക്കാം; അദ്ദേഹത്തിന് നല്ല പ്രായമായല്ലോ.) സ്വയം വിശേഷിപ്പിച്ചതെങ്കിലും, കുട്ടിക്കാലത്ത് അദ്ദേഹം എഴുത്തും വായനയും കുറച്ചൊക്കെ

പഠിച്ചിരുന്നു. കുറച്ച് കണക്കും അദ്ദേഹത്തിനറിയാമായിരുന്നു. അത്രയും പഠനം പോരെന്ന് ഡാ വിഞ്ചിക്കു തോന്നി. കുറേക്കൂടി പഠിച്ചേ പറ്റൂ. എന്നാൽ, ഒരു യൂണിവേഴ്സിറ്റിയിൽ ചേർന്ന് പഠിക്കാൻ അദ്ദേഹത്തിനാവതില്ല. ആ വഴിക്ക് ചിന്തിച്ചാൽ ഒന്നും നടക്കില്ല. അതുകൊണ്ട്, ഡാ വിഞ്ചി പുസ്തകങ്ങൾ ചറപറാ വാങ്ങിക്കൂട്ടി; തന്നത്താൻ പഠിച്ചു. മരിക്കും വരെ അദ്ദേഹം വായന നിർത്തിയില്ല.

കലാകാരന്മാർ കണക്ക് പഠിച്ചിരിക്കേണ്ടവരാണ്. കാരണം, അവർക്ക് ചിത്രങ്ങൾ ത്രിമാനം (3-D) ഉള്ളവയാണെന്ന് തോന്നിപ്പിക്കേണ്ടതുണ്ട്. അന്നൊക്കെ ചിത്രങ്ങൾ യാഥാർത്ഥ്യപ്രതീതിയുണ്ടാക്കുന്നവയായിരുന്നില്ല. ആളുകളൊക്കെ പരന്നാണ് (2-D) കാണപ്പെട്ടിരുന്നത് - ചീട്ടുപെട്ടിയിൽ കാണുന്ന രാജാവും റാണിയുമൊക്കെയില്ലേ? അതുപോലെ. വീടുകളും പരന്നു തന്നെയാണ് ചിത്രങ്ങളിൽ കാണപ്പെട്ടിരുന്നത് - ഒരു യവനികയിൽ വരച്ചുവെച്ചതുപോലെ. രൂപങ്ങൾക്ക് ആഴമുള്ളതായി ആർക്കും അനുഭവപ്പെട്ടിരുന്നില്ല.

പരിപ്രേക്ഷ്യചിത്രരചന

ഫിലിപ്പൊ ബ്രൂണെലേസ്കി

അപ്പോഴാണ് ഫിലിപ്പൊ ബ്രൂണെലേസ്കി(Brunelleschi) രംഗത്തു വന്നത് - 1400-കളിൽ. ചിത്രങ്ങൾക്ക് ആഴമുണ്ടെന്ന് (ത്രിമാനമുണ്ടെന്ന്) തോന്നിപ്പിക്കാൻ അദ്ദേഹമൊരു സൂത്രം പ്രയോഗിച്ചു. അതോടെ, ചിത്രം നോക്കുന്നവന് ചിത്രത്തിലെ സ്ഥലം ശരിക്കുമുള്ളൊരു സ്ഥലമാണെന്ന പ്രതീതിയുണ്ടാകാൻ തുടങ്ങി. നോക്കുന്നവന് അടുത്തുള്ള രൂപങ്ങൾ വലുതായും, അകലത്തുള്ള രൂപങ്ങൾ ചെറുതായും വരച്ചാൽ അങ്ങനെയൊരു പ്രതീതിയുണ്ടാക്കാം. "പരിപ്രേക്ഷ്യചിത്രരചന" എന്നാണ് ഇത്തരം രചനകളെ വിളിച്ചിരുന്നത്. അതെന്തോ ആകട്ടെ. മരപ്പലകയിൽ ഇങ്ങനെ വരക്കണമെങ്കിൽ രൂപങ്ങൾക്കിടയിലുള്ള അകലങ്ങളുടെ അളവെടുക്കേണ്ടതുണ്ട്. അളവെടുക്കാൻ കണക്കറിയണം. കലാകാരൻ കണക്കു പഠിച്ചേ പറ്റൂ.

ബ്രൂണെലേസ്കിയും ഡാ വിഞ്ചിയുമൊക്കെ ജീവിച്ചിരുന്ന കാലഘട്ടത്തെ "റിനെയ്സൻസ് (renaissance)" എന്നാണ് പറയാറുള്ളത് - മലയാളത്തിൽ "നവോത്ഥാനം (പുത്തനുയിർപ്പ്)" എന്നു പറയും. പതിനഞ്ചാം നൂറ്റാണ്ടു മുതൽ പതിനേഴാം നൂറ്റാണ്ടു വരെയുള്ള കാലത്തെയാണ്, പൊതുവേ, നവോത്ഥാനകാലമെന്നു പറയുന്നത്. അന്ന് മൗലികസൃഷ്ടികൾ ധാരാളമായുണ്ടായി; പുതിയ ആശയങ്ങൾ പിറന്നു; പുത്തൻ ചിന്താരീതികളുണ്ടായി. അതുവരെ

ജീവിതലക്ഷ്യം, മരിച്ച സ്വർഗ്ഗത്തിൽ പോവുക എന്നതായിരുന്നു. ആ ചിന്താഗതി മാറി. ഇവിടെ, ഭൂമിയിലും, മനുഷ്യർക്ക് പലതും സാധിക്കാനുണ്ടെന്ന ചിന്ത വന്നു. "നവോത്ഥാന മനുഷ്യൻ" എന്നു വിശേഷിപ്പിക്കപ്പെട്ടത് അങ്ങനെ പലതും സാധിച്ച മനുഷ്യരെയാണ്. നവോത്ഥാന മനുഷ്യനുള്ള ഉത്തമോദാഹരണമാണ് ഡാ വിഞ്ചി. ഡാ വിഞ്ചിയെപ്പോലുള്ള കലാകാരന്മാർ മനുഷ്യശരീരത്തെ കലയിലൂടെ ആഘോഷിച്ചുവെന്നു വേണം പറയാൻ. പണ്ടെന്നോ നഷ്ടപ്പെട്ടുപോയ റോമാചിന്തകന്മാരുടെ, യവനചിന്തകന്മാരുടെ പുസ്തകങ്ങൾ വീണ്ടെടുക്കപ്പെട്ടു. വിദ്വാന്മാർ അവയ്ക്ക് വീണ്ടും ജീവൻ നൽകി. ക്രിസ്റ്റഫർ കൊളമ്പസ്സിനെപ്പോലുള്ള ചിലരൊക്കെ അതുവരെ അറിയപ്പെടാതിരുന്ന ദേശങ്ങളിലേക്ക് കപ്പൽ വഴി സഞ്ചരിച്ചു; പുതിയ ഭൂഖണ്ഡങ്ങൾ കണ്ടെത്തി. ശാസ്ത്രജ്ഞന്മാർ ലോകത്തെ നടുക്കിയ പല പല കാര്യങ്ങളും കണ്ടുപിടിച്ചു.

"റീനെയ്സൻസ്" എന്നത് പുനർജന്മം എന്നർത്ഥം വരുന്ന ഫ്രഞ്ചു വാക്കാണ്. വാക്ക് ഫ്രഞ്ചാണെങ്കിലും, നവോത്ഥാനത്തിന്റെ ചൂടുപിടിച്ച കേന്ദ്രം ഇറ്റലിയായിരുന്നു; പ്രത്യേകിച്ച് ഫ്ലോറൻസ്. ആധുനിക കാലം അവിടെവെച്ച് അക്കാലത്താണ് തുടങ്ങിയതെന്ന് വേണമെങ്കിൽ വാദിക്കാം. അക്കാലത്തെ ഏറ്റവും മികച്ച കലാകാരൻ ആരാണെന്നു ചോദിച്ചാൽ, അതിനൊരുത്തരമേ ഉള്ളൂ - ലിയൊണാഡോ ഡാ വിഞ്ചി. കലയുടെ നിയമങ്ങൾ അനുസരിച്ചതു കൊണ്ടാണ് ഡാ വിഞ്ചി മഹാനായ കലാകാരനായത്. നിയമങ്ങൾ അനുസരിക്കുന്നതിനോടൊപ്പം തന്നെ അദ്ദേഹം സ്വന്തമായ നിയമങ്ങളുമുണ്ടാക്കി. അദ്ദേഹത്തിന്റെ വിരലുകൾ തീർത്തത് ഇന്ദ്രജാലമല്ല, മഹേന്ദ്രജാലമാണ്. ചിത്രങ്ങളിൽ പശ്ചാത്തലമായ് മലകളും താഴ്വരകളും വരുമ്പോൾ, അവയെ അദ്ദേഹം ഒന്നു മങ്ങിപ്പിക്കും. അവ ആകാശത്തിലേക്ക് അലിഞ്ഞുപോകുന്നതായ പ്രതീതിയുണ്ടാകും. വിദൂരസ്ഥമായ പർവ്വതങ്ങൾ നമുക്ക ഗോചരമാകുന്നത് തികച്ചും അതേ മാതിരിയാണ് - സ്പഷ്ടമായ അതിരുകളില്ലാതെ.

ദിവ്യവിളംബരം (The Annunciation)

1478. ഡാ വിഞ്ചിക്കിപ്പോൾ പ്രായം ഇരുപത്തിയാറ്. അദ്ദേഹം ഒരു ചിത്രം പൂർത്തിയാക്കി – "ദിവ്യവിളംബരം (The Annunciation)"- മേരിക്കു മുമ്പിൽ ഗബ്രിയേൽ മാലാഖ പ്രത്യക്ഷപ്പെടുന്നു; യേശുവെന്നു പേരായ ഒരു കുഞ്ഞിനെ അവൾ ഗർഭം ധരിക്കുമെന്നു വിളംബരം ചെയ്യുന്നു - ലൂക്കോസിന്റെ സുവിശേഷത്തിൽ (1: 26-38) കാണപ്പെടുന്ന ഈ രംഗമാണ് ചിത്രത്തിനാധാരം. ചിത്രത്തിൽ മേരി മതിലുകൾ ചൂഴ്ന്ന ഒരുദ്യാനത്തിൽ ഇരിക്കുകയാണ് . ഇറ്റലിയിൽ അന്നുണ്ടായിരുന്ന പെണ്ണുങ്ങളുടെ ഉടുപ്പിട്ടാണ് അവൾ ഇരിക്കുന്നത്. അവൾക്കു പിറകിൽ കാണുന്ന മലകൾ വിഞ്ചിയിലെ മലകളാണ്. ശാന്തത തുളുമ്പുന്ന ആ ചിത്രം, പക്ഷേ, നാടകീയതയുമുള്ളതാണ്.

വിദഗ്ധരുടെ അഭിപ്രായപ്രകാരം, ലിയൊണാഡോ വരച്ച പതിമൂന്നു ചിത്രങ്ങളിലൊന്നാണ് "ദിവ്യവിളംബരം". ആ പതിമൂന്നിൽ മൂന്നെണ്ണമാകട്ടെ, അപൂർണ്ണവുമാണ്. ഡാ വിഞ്ചി ഇത്രയേ വരച്ചുള്ളൂവെന്ന് നമ്മൾ അത്ഭുതപ്പെട്ടേക്കാം. എന്തുകൊണ്ടാണദ്ദേഹം ഇത്ര ചുരുക്കം ചിത്രങ്ങൾ വരച്ചത്? ചെറുപ്പത്തിലേ മരിച്ചുപോയതുകൊണ്ടാണോ? അല്ലല്ല, അദ്ദേഹം മരിച്ചത് അറുപതു വയസ്സൊക്കെ കഴിഞ്ഞിട്ടാണ്. പിന്നെ, മടികൊണ്ടാണോ? അതുമല്ല; മൂപ്പരെ മടിയനെന്ന് വിളിക്കാനേ പറ്റില്ല.

“ദിവ്യവിളംബരം” വരക്കാൻ അദ്ദേഹമെടുത്ത ശ്രമം കണ്ടാൽ അങ്ങനെ ആരും പറയില്ല. ചിത്രമെഴുതുന്നതിന് മുമ്പ് അദ്ദേഹം നിരവധി സ്കെച്ചുകൾ ഉണ്ടാക്കിയിരുന്നു; ഓരോ മുടിച്ചുരുളും, ഓരോ പുൽനാമ്പും കിറുകൃത്യമായിരുന്നു. ചിത്രത്തിൽ ഒരിടത്തും ഒരു പാളിച്ചയും കാണാൻ പറ്റില്ല.

അപ്പോൾപ്പിന്നെ, ഡാ വിഞ്ചിയുടെ സൃഷ്ടികളുടെ എണ്ണം കുറയാൻ കാരണം എന്തായിരിക്കും? ഒരു പക്ഷേ, അദ്ദേഹം മറ്റു ചിത്രങ്ങളും പൂർത്തിയാക്കിയിട്ടുണ്ടാകണം. അവയെല്ലാം എങ്ങനെയോ നഷ്ടമായ് പോയതാകാം. എന്നെങ്കിലുമൊരിക്കൽ അവ കണ്ടെടുക്കപ്പെട്ടേക്കാം. ഏതെങ്കിലുമൊരു കോട്ടയിലോ, പള്ളിയിലോ അവ കണ്ടെടുക്കപ്പെടാൻ വേണ്ടി കാത്തിരിക്കുന്നുണ്ടാകാം. കണ്ടെടുക്കപ്പെടുന്ന ദിവസം അവ ലോകത്തിനു ലഭിക്കുന്ന മുന്തിയ സമ്മാനങ്ങളായ് മാറും.

മറ്റൊരു വസ്തുത കൂടി നമുക്ക് പരിഗണിക്കാനുണ്ട്. ഒരു സംരഭം ഏറ്റെടുത്താൽ ഡാ വിഞ്ചി അതു പൂർത്തിയാകും വരെ അതിൽ ത്തന്നെ ഉറച്ചു നിൽക്കാറില്ല. ഒരു ചിത്രരചനക്കുള്ള ചുമതല അദ്ദേഹത്തിന് കിട്ടിയെന്നിരിക്കട്ടെ. രചനയുടെ ആദ്യപടികൾ പൂർത്തിയാക്കുന്നതിൽ അദ്ദേഹത്തിന് നല്ല ഉത്സാഹമായിരിക്കും. പലകയിൽ രൂപങ്ങളെ സംവിധാനം ചെയ്യാനൊക്കെ, അതായത് ക്രമീകരിക്കാനൊക്കെ, അദ്ദേഹത്തിന് വലിയ താൽപ്പര്യമാണ്. കാരണം, അതൊരു വെല്ലുവിളിയാണല്ലോ - പദപ്രശ്നം പൂർത്തിയാക്കുന്നതുപോലൊരു വെല്ലുവിളി? അതുപോലെ രസകരമല്ല, അദ്ദേഹത്തിന്, ചിത്രം പൂർത്തിയാക്കുന്ന പണി. നിറങ്ങൾ നിറക്കുന്നതൊക്കെ മടുപ്പും മുഷിച്ചലുമുണ്ടാക്കും. അങ്ങനെ വരുമ്പോൾ, പലപ്പോഴും, അദ്ദേഹം ചിത്രം പൂർത്തിയാക്കാതെ വിടും.

മറ്റൊരു കാര്യം കൂടിയുണ്ട്. ചിത്രം വരക്കാൻ അദ്ദേഹത്തെ ചുമതലപ്പെടുത്തുന്നവർ (നമ്മൾ പെയ്ട്രൺ എന്നു വിളിക്കുന്നവർ) പലപ്പോഴും ഇടങ്കോലിടുന്നവരാണ്. അവർ കാര്യങ്ങൾ എങ്ങനെ ചെയ്യണം, എവിടെ ചെയ്യണമെന്നൊക്കെ പറഞ്ഞുകൊണ്ടേയിരിക്കും; വേണ്ടാത്ത ഉപദേശങ്ങളും നിർദ്ദേശങ്ങളും

വിളമ്പിക്കൊണ്ടിരിക്കും. ഡാ വിഞ്ചിക്ക് അതിഷ്ടപ്പെട്ടില്ല. മഹാ പ്രതിഭയല്ലേ? അങ്ങനെയൊരാളെ ഉപദേശിക്കാൻ വിവരംകെട്ട പെയ്ട്രൺമാർക്ക് എന്ത് അർഹതയാണുള്ളത്? ഡാ വിഞ്ചി, അപ്പോൾ, എന്തു ചെയ്യും? ചിത്രമങ്ങുപേക്ഷിക്കും.

1478- അതുവരെ ശാന്തവും പ്രസന്നവുമായിരുന്ന ഫ്ലോറൻസ് എന്ന നഗരം അശാന്തവും കലുഷിതവുമായി. അവിടുത്തെ മഡീചി കുടുംബത്തിന്റെ അധികാരത്തെ വെല്ലുവിളിച്ചുകൊണ്ട് മറ്റൊരു കുടുംബം രംഗത്തെത്തി - മഡീചിയെപ്പോലെതന്നെ പ്രബലമായൊരു കുടുബം. അവർ തമ്മിൽ വഴക്കായി; യുദ്ധമായി. മഡീചി കുടുംബക്കാരെ കൊല്ലാനുള്ള ഗൂഢാലോചനകളുണ്ടായി. അവർക്ക് തെരുവിലിറങ്ങാൻ ഭയമായി.

ഡാ വിഞ്ചി ഇക്കാലത്ത് മുപ്പതിലെത്തി നിൽക്കുകയായിരുന്നു. ഫ്ലോറൻസ് വിട്ടുപോയാലോ എന്നൊരു ചിന്ത അദ്ദേഹത്തിനുണ്ടായി. ഒരു മാറ്റം നല്ലതല്ലേ? ഫ്ലോറൻസിന് വടക്ക് മറ്റൊരു നഗരമുണ്ട്. ഫ്ലോറൻസിനെപ്പോലെ അതും സ്വന്തമായ് ഭരണകൂടമുള്ള നഗരം തന്നെ - മിലാൻ. അതിന്റെ ഭരണാധികാരി കൗശലക്കാരനായ ഒരു പ്രഭുവാണ് - ഒരു ഡ്യൂക്. പേര്, ല്യൂഡൊവീക്കോ സ്ഫോർസ (Ludovico Sforza). ആ ഭരണാധികാരിക്കു കീഴിൽ ജോലിചെയ്യാമെന്ന് ഡാ വിഞ്ചി മോഹിച്ചു. മിലാനിൽ ഒരു സർവ്വകലാശാലയുമുണ്ടായിരുന്നു - വളരെ പ്രസിദ്ധമായ ഒന്ന്. പക്ഷേ, ഫ്ലോറൻസിനെപോലെ മഹാന്മാരായ കലാകാരന്മാരുടെ കേന്ദ്രമായിരുന്നില്ല മിലാൻ. ഡാ വിഞ്ചിയുടെ ഭാഗ്യമെന്നു പറയട്ടേ, ല്യൂഡൊവീക്കോ സ്ഫോർസ കലാരസികനായിരുന്നു. പ്രഭു ഒരു സൽക്കാരപ്രിയനും കൂടിയായിരുന്നു. ഘോഷയാത്രകൾ സംഘടിപ്പിക്കുന്നത് അദ്ദേഹത്തിനൊരു വിനോദമായിരുന്നു. നഗരഭരണകൂടങ്ങൾ പരസ്പരം എപ്പോഴും പോരടിച്ചിരുന്നതുകൊണ്ട് അദ്ദേഹത്തിന് പുതിയ പുതിയ ആയുധങ്ങൾ എന്നും വേണമായിരുന്നു; നവീനതരം ആയുധങ്ങൾ രൂപകൽപ്പന ചെയ്യാൻ ആളുകളെയും.

ഇക്കാര്യങ്ങളൊക്കെ അറിഞ്ഞപ്പോൾ ഡാ വിഞ്ചിക്ക് ഉത്സാഹം കൂടി. മൂപ്പർ പ്രഭുവിനൊരു കത്തെഴുതി. അതു നേരാണോ

ല്യൂഡൊവീക്കോ സ്ഫോർസ (Ludovico Sforza)

എന്നറിയില്ല; പക്ഷേ, അങ്ങനെയാണ് കേട്ട കഥ. കത്തിൽ അദ്ദേഹം തനിക്കറിയാവുന്ന, ചെയ്യാൻ കഴിയുന്ന, കാര്യങ്ങളുടെ ഒരു പട്ടിക തന്നെ നിരത്തി - തനിക്ക് കെട്ടിടങ്ങൾ ഉണ്ടാക്കാൻ പറ്റും; പാലങ്ങൾ പണിയാനറിയാം; പടക്കപ്പലുകൾ നിർമ്മിക്കാൻ സാധിക്കും; വമ്പൻ പീരങ്കികളുണ്ടാക്കാൻ കഴിയും; അങ്ങനെ പലതും. അവയിൽ ചിലതൊക്കെ വീരവാദങ്ങളായിരുന്നു; നമ്മളിക്കാലത്തു പറയുമ്പോലെ, തള്ളൽ.

കത്തിനു പുറമേ, പ്രഭുവിന് ഡാ വിഞ്ചി ഒരു സമ്മാനവും അയച്ചുവെന്ന കഥയുണ്ട്. സ്ഫോർസ പ്രഭുവിന് സംഗീതം ഒരു ലഹരിയായിരുന്നു; ഡാ വിഞ്ചിയെപ്പോലെ. അതുകൊണ്ട്, ഡാ വിഞ്ചി അദ്ദേഹത്തിനുവേണ്ടി ഒരു ല്യൂട്ടുണ്ടാക്കി. വയലിൻ പോലൊരുപകരണമാണ് ല്യൂട്ട് - തന്ത്രികളും അതിലോടിക്കാൻ വില്ലുമുള്ള ഒരുപകരണം. ഡാ വിഞ്ചി ല്യൂട്ട് തീർത്തത് വെള്ളിയിലാണ് - കുതിരത്തലയോട്ടിയുടെ രൂപത്തിൽ. സാധാരണരീതിയിൽ ആ ല്യൂട്ട് വായിക്കാൻ പറ്റില്ല. വായിക്കണമെങ്കിൽ അതു തലകീഴായി പിടിക്കണം.

കത്തിന്റെയും സമ്മാനത്തിന്റെയും കഥകൾ നേരാണോ, നുണയാണോ എന്നാർക്കുമറിയില്ല. എന്നാൽ, ഒരു കാര്യം

നേരാണ് - പ്രഭു ഡാ വിഞ്ചിയെ വിളിച്ചു; പണി കൊടുക്കാമെന്നേറ്റു.

അങ്ങനെ ഡാ വിഞ്ചി മിലാനിലെത്തി. അവിടത്തെ പ്രഭുവിന് എന്തൊക്കെ വേണ്ടിയിരുന്നോ, അതൊക്കെയും അദ്ദേഹം ഉണ്ടാക്കിക്കൊടുത്തു - പീരങ്കി വേണമെങ്കിൽ അത്; സംഗീതോപകരണമെങ്കിൽ അതും. പ്രഭുവിന് അധികാരം നഷ്ടപ്പെടുംവരെ ഡാ വിഞ്ചി അദ്ദേഹത്തെ സേവിച്ചു - ദീർഘകാലം.

ഒരിക്കൽ പ്രഭു ഒരു ഗംഭീര സദ്യ നടത്തി. അദ്ദേഹത്തിന്റെ മരുമകൻ വിവാഹിതനാകുന്നത് ആഘോഷിക്കാനാണ് സദ്യ ഒരുക്കിയത്. സദ്യയ്ക്കു ശേഷം ഒരു വിനോദപരിപാടി കൂടി അരങ്ങേറി. ഡാ വിഞ്ചിക്കായിരുന്നു പരിപാടിയുടെ ചുമതല. പരിപാടിയിൽ ഒരു നാടകവും കൂടി അവതരിപ്പിക്കപ്പെട്ടു. അതിനുവേണ്ടിയുള്ള വേദിയൊരുക്കിയത്, സ്വാഭാവികമായും, ഡാ വിഞ്ചിയാണ്. നാടകത്തിന്റെ പേരറിയേണ്ടേ?'സ്വർഗ്ഗസദ്യ'. അതിനായ് നിർമ്മിക്കപ്പെട്ട വേദി ഒരത്ഭുതം തന്നെയായിരുന്നു: ഒരു മലയെ രണ്ടായി പിളർന്നു; ആ വിടവിൽ സ്വർഗ്ഗത്തിന്റെ മനോഹരമായ ഒരു മാതൃക തീർത്തു. വിചിത്രവേഷങ്ങളണിഞ്ഞ അഭിനേതാക്കൾ നവഗ്രഹങ്ങളായ് അഭിനയിച്ചു; പന്ത്രണ്ടു രാശിചക്രങ്ങൾ പന്ത്രണ്ടു പന്തങ്ങളായി നിന്നു കത്തി. ആകാശവും, ഗ്രഹങ്ങളും, നക്ഷത്രങ്ങളും നിർത്താതെ കറങ്ങിക്കൊണ്ടിരുന്നു. കാണേണ്ട കാഴ്ചയായിരുന്നു അത്!

ഇത്തരം ആർഭാടങ്ങൾ മാത്രമല്ല ഡാ വിഞ്ചി ആവിഷ്കരിച്ചത്; പ്രായോഗികമായ കാര്യങ്ങളും അദ്ദേഹത്തിന്റെ വകയായുണ്ടായിരുന്നു. ഉദാഹരണത്തിന്, വെള്ളം നല്ല രീതിയിൽ ചൂടാക്കാനുള്ള ഒരു സൂത്രം ഡാ വിഞ്ചി ഏർപ്പെടുത്തുകയുണ്ടായി. സ്ഫോർസയുടെ ഭാര്യ, അതായത് പ്രഭ്വി, ചൂടു വെള്ളത്തിലേ കുളിക്കുമായിരുന്നുള്ളൂ. അവർക്കുള്ള വെള്ളം ചൂടാക്കുന്നത് വളരെ മെനക്കെട്ടൊരു പണിയായിരുന്നു. ആ പ്രയാസം പരിഹരിക്കാനാണ് ഡാ വിഞ്ചി വെള്ളം എളുപ്പം ചൂടാകുന്ന ഒരു സൂത്രം കണ്ടുപിടിച്ചത്. ഇതുപോലെ പ്രായോഗികമായ മറ്റൊന്ന്, ഡാ വിഞ്ചി നിർമ്മിച്ച കനാലുകളാണ്.

The Virgin (or Madonna) of the Rocks, ca. 1483–86

Portrait of a Musician, 1490

ഡാ വിഞ്ചിയുടെ കുതിര

ഡാ വിഞ്ചിയുടെ മറ്റൊരു സംരംഭം വർഷങ്ങളോളം നീണ്ടുപോയ ഒന്നാണ്: ഒരു കുതിര. വാസ്തവത്തിൽ, ആ സംരംഭം പൂർത്തിയായെന്ന് പറയുക വയ്യ. ജീവിതത്തിന്റെ അന്ത്യവേളയിൽപ്പോലും അദ്ദേഹം ആ “കുതിര”യെ സ്വപ്നം കണ്ടുകൊണ്ടേയിരുന്നു. കുതിരയെ, എന്നുവെച്ചാൽ കുതിരയുടെ പ്രതിമ, ഉണ്ടാക്കാൻ ആവശ്യപ്പെട്ടത് പ്രഭുവാണ് - തന്റെ അച്ഛന്റെ ഓർമ്മയെ ആദരിക്കാൻ. പ്രതിമ വലുതായാൽ പോരാ, ഭീമമായിരിക്കണമെന്ന് പ്രഭുവിന് നിർബന്ധമുണ്ടായിരുന്നു - ഇന്നേവരെ കണ്ടതിൽ വെച്ച് ഏറ്റവും വലിയത്. കുതിര എങ്ങനെ വേണമെന്ന് ആലോചിച്ചും വരച്ചും ഡാ വിഞ്ചി കൊല്ലങ്ങളാണ് കഴിച്ചുകൂട്ടിയത്. പ്രഭുവിന്റെ ആലയിൽ കുതിരകൾ ഒരുപാടുണ്ടായിരുന്നു. അവയെയൊക്കെ ഡാ വിഞ്ചി നിരീക്ഷിച്ചു; മെഴുകുകൊണ്ട് അവയുടെ മാതൃകകളുണ്ടാക്കി; മരിച്ച കുതിരകളുടെ അസ്ഥികളും പേശികളും തുറന്നു നോക്കി. കുതിരയെ പുറമേനിന്ന് മാത്രമല്ല, അകമേനിന്നും അദ്ദേഹത്തിന് അറിയണമായിരുന്നു.

സാധാരണ ഒരു കുതിരയുടെ മൂന്നിരട്ടി വലിപ്പത്തിലുള്ള കുതിരയെയാണ് ഡാ വിഞ്ചി മനസ്സിൽ കണ്ടത് - മുൻകാലുകൾ ഉയർത്തി നിൽക്കുന്ന കുതിര. കുതിരയെ വെങ്കലത്തിലാണ് തീർക്കേണ്ടത്. അത്രയും വലിപ്പമുള്ള കുതിരയെ തീർക്കാൻ എത്ര വെങ്കലം വേണമെന്നോ? എൺപതു ടൺ!

ഡാ വിഞ്ചിയുടെ കുതിര

പത്തു വർഷങ്ങൾ പിന്നിട്ടു. ഡാ വിഞ്ചി കുതിരയുടെ ഒരു പൂർണ്ണകായ പ്രതിമ തീർത്തു - വെങ്കലം കൊണ്ടല്ല; കളിമണ്ണുകൊണ്ട്. പ്രതിമ പ്രഭുവിന്റെ അങ്കണത്തിൽ സ്ഥാപിതമായി - ഇരുപത്തിനാലടി ഉയരമുള്ള ഒരശ്വവിഗ്രഹം! മിലാനിലെ നാട്ടുകാരൊക്കെ കുതിരയെ കാണാനെത്തി. ഡാ വിഞ്ചിയുടെ കുതിരയല്ലേ? കണ്ടാൽ എങ്ങനെയിരിക്കുമെന്ന് അറിയാൻ എല്ലാവർക്കും കൗതുകമുണ്ടായി. കുതിരയെ കണ്ടതും എല്ലാവരും ഒരു കാര്യം സമ്മതിച്ചു: ഇതുപോലൊരു കുതിരയെ ഇതുവരെ ആരും കണ്ടിട്ടില്ല.

പക്ഷേ, ഡാ വിഞ്ചിക്ക് പണി പിന്നെയും ബാക്കിയാണ്. പ്രഭുവിന് വേണ്ടത് കളിമൺകുതിരയല്ലല്ലോ; വെങ്കലപ്രതിമയല്ലേ? അതിനാദ്യം കളിമണ്ണുകൊണ്ട് കുതിരയുടെ ശരീരഭാഗങ്ങളുടെ വാർപ്പുണ്ടാക്കണം; വാർപ്പിലേക്ക് ലോഹം ഉരുക്കിയൊഴിക്കണം. ഒഴിക്കുമ്പോൾ ഏറെ ശ്രദ്ധിക്കാനുണ്ട്. ഒഴിക്കുന്നതിന്റെ വേഗം കുറഞ്ഞാൽ ലോഹമുറക്കുമ്പോൾ അതു വിണ്ടുകീറിപ്പോകാനിടയുണ്ട്. ഡാ വിഞ്ചിക്ക്, പക്ഷേ, അതൊക്കെ യഥാവിധി ചെയ്യാൻ അറിയാമായിരുന്നു.

ഡാ വിഞ്ചിക്കു വേണ്ടത്രയും ലോഹം പ്രഭു ശേഖരിച്ചു കൊടുത്തു. അശ്വപ്രതിമ നന്നാകേണ്ടത് അദ്ദേഹത്തിന്റെയും ആവശ്യമാണ ല്ലോ. പ്രഭുവിന്റെ നീണ്ട നാളത്തെ സ്വപ്നം സഫലമാകുമെന്ന നിലയായി. പക്ഷേ, എല്ലാം തകിടം മറിക്കുന്ന ഒരു സംഭവം അതിനിടയിലുണ്ടായി. കോപ്പ ചുണ്ടോടടുക്കാറായപ്പോഴാണ് അതു സംഭവിച്ചത് - സ്വപ്നം വിഫലമായത്. കാരണം, ശേഖരിക്ക പ്പെട്ട ലോഹം, വെങ്കലം, പ്രതിമയുണ്ടാക്കാൻ പറ്റാതെ പോയി.

1494-പ്രഭുവിനെ ഒരു ഭയം പിടികൂടി. അത് മറ്റൊന്നുമല്ല - ഫ്രാൻസിൽനിന്നുള്ള പട്ടാളക്കാർ തന്നെ ആക്രമിക്കാൻ പുറപ്പെ ടുന്നുണ്ടെന്ന് അദ്ദേഹത്തിന് തോന്നി. ഭയം കാരണം അദ്ദേഹം ചെയ്തതെന്താണെന്നോ? താൻ ശേഖരിച്ച വെള്ളോട് മുഴുവനും പീരങ്കിയുണ്ടകളുണ്ടാക്കാൻ ഉപയോഗിച്ചു. ഉണ്ടയുണ്ടാക്കിയ തുകൊണ്ടൊന്നും കാര്യമുണ്ടായില്ല. ഫ്രഞ്ചുകാർ മിലാനിലേക്ക് ഇരച്ചുകയറുകതന്നെ ചെയ്തു. 1499- ആയതോടെ മിലാൻ എന്ന പട്ടണം ഫ്രഞ്ചുകാരുടെ കയ്യിലായി; അവരുടെ അധീനതയിലായി.

അപ്പോൾ, ഡാ വിഞ്ചിയുടെ കുതിരക്കെന്തു പറ്റി? പ്രഭുമന്ദിര ത്തിലെ അങ്കണത്തിൽ ആ കളിമൺ കുതിര വിരാജിക്കുന്നുണ്ടാ യിരുന്നല്ലോ? അതിനെ ഫ്രഞ്ചു ഭടന്മാർ ഉപയോഗിച്ചു. എന്തിനാ ണെന്നോ? ഉന്നം പരിശീലിക്കുന്നതിനു വേണ്ടി. അവരാ കുതിര യിലേക്ക് അസ്ത്രങ്ങൾ തൊടുത്തുവിട്ടു. ഒടുവിൽ, കുതിര നിശ്ശേഷം നിലംപൊത്തി. വർഷങ്ങളോളം ഡാ വിഞ്ചി മെനക്കെട്ടു പണിത മൺകുതിര മണ്ണുകപ്പി. അദ്ദേഹത്തിന്റെ സ്വപ്നം തകർന്നു തരിപ്പ ണമായി.

“കുതിര” പൂർത്തിയാകാതെ പോയത് ഡാ വിഞ്ചിയുടെ തെറ്റാ ണെന്ന് ആരും പറയില്ല. എന്നാൽ, പ്രഭുവിനു വേണ്ടി അദ്ദേഹം ഏറ്റെടുത്ത മറ്റൊരു സംരംഭം ദുരന്തമായ് പര്യവസാനിച്ചതിന്റെ കുറ്റം അദ്ദേഹത്തിനു തന്നെയാണ്; കുറ്റം പൂർണ്ണമായും അദ്ദേഹ ത്തിന്റേതാണെന്ന് പറയുക വയ്യെങ്കിലും.

Portrait of a Woman (La belle Ferronière), ca. 1490

അവസാനത്തെ അത്താഴം

പ്രഭു താമസിച്ചിരുന്ന ദർഗ്ഗത്തിനരികെ ഒരു മഠം, അഥവാ ആശ്രമം, ഉണ്ടായിരുന്നു. മഠത്തിൽ ആരാണ് പൊതുവേ താമസിക്കുക? അതെ, സന്യാസിമാർ. അവർ അവിടെ പ്രാർത്ഥനയും പഠനവുമായ് കഴിഞ്ഞു പോന്നു. മരിച്ചു കഴിഞ്ഞാൽ തന്നെ അവിടെ അടക്കണമെന്ന് പ്രഭു ആഗ്രഹിച്ചിരുന്നു. ഒരു ദിവസം പ്രഭു ഡാ വിഞ്ചിയെ വിളിപ്പിച്ചു. ആശ്രമത്തിലെ ഭോജനശാലയുടെ ചുമരുകളിലൊന്നിൽ ഒരു ചിത്രം വരക്കാൻ അദ്ദേഹം ചിത്രകാരനോട് ആവശ്യപ്പെട്ടു. ചുമരിൽ വരക്കുന്ന ചിത്രങ്ങൾക്കൊരു പേരുണ്ട്: ഫ്രസ്കോ (fresco). ഫ്രസ്കോ ഉണ്ടാക്കുക അത്ര എളുപ്പമുള്ള പണിയൊന്നുമല്ല. ചുമരിൽ ചാലിക്കുന്ന കുമ്മായം ഉണങ്ങുന്നതിനു മുമ്പ് ചായം അതിലേക്ക് പകരേണ്ടതുണ്ട്. ഇറ്റാലിയൻ ഭാഷയിൽ ഫ്രസ്കോ എന്നു പറഞ്ഞാൽ fresh-പുത്തൻ - എന്നാണ് അർത്ഥം. അതായത്, കുമ്മായം പുത്തനായിരിക്കണം. കുമ്മായം ആറിയുറക്കുന്നതിനു മുമ്പുതന്നെ ചിത്രലേഖനം പൂർത്തിയാക്കണം. കലാകാരനു വേഗതയില്ലെങ്കിൽ, അതുകൊണ്ട്, ചിത്രം വര അവതാളത്തിലാകും. വരച്ചതിനുശേഷം അതിൽ മാറ്റങ്ങൾ വരുത്താൻ ആർക്കും കഴിയില്ല; വരച്ചയാൾക്കുപോലും.

ആശ്രമത്തിലെ ഭോജനശാല വിശാലമായിരുന്നു; ഒരമ്പതാളുകൾക്ക് ഒരുമിച്ചിരുന്നുണ്ണാൻ പറ്റുന്നത്ര വലിയ ശാല. അവിടെ എന്തു ചിത്രം വരച്ചാൽ ഉചിതമായിരിക്കും? ചിത്രത്തിനൊരു

അവസാനത്തെ അത്താഴം

വിഷയം വേണമല്ലോ? ഡാ വിഞ്ചി ആലോചിച്ചു. ഒടുവിൽ, അദ്ദേഹം ഒരു വിഷയം കണ്ടെത്തി: യേശുവിന്റെ ജീവിതാവസാനത്തിലെ ഒരു രംഗം - യേശുവും തന്റെ പന്ത്രണ്ടു ശിഷ്യന്മാരും അത്താഴത്തിനിരിക്കുന്ന രംഗം. ഒരുൺ മുറിയിൽ വരച്ചുവെക്കാൻ പറ്റിയ ചിത്രം. അത് യേശുവിന്റെ അവസാനത്തെ അത്താഴമായിരുന്നു - വളരെ നാടകീയമായ, എന്നുവെച്ചാൽ സംഘർഷം മുറ്റിനിൽക്കുന്ന, ഒരു രംഗം - അത്താഴത്തിനിരിക്കുന്ന ശിഷ്യരിലൊരാൾ തന്നെ ശത്രുക്കൾക്ക് ഒറ്റിക്കൊടുക്കുമെന്ന് യേശു ശിഷ്യരോട് വെളിപ്പെടുത്തുന്ന രംഗം.

തീന്മേശക്കരികെ യേശുവടക്കം പതിമൂന്നു പേരെ വരക്കണം. അവരിരിക്കുന്ന ഒരുപാട് ചിത്രങ്ങൾ ഡാ വിഞ്ചി കടലാസിൽ വരച്ചു നോക്കി. ചിത്രത്തിൽ ഉൾപ്പെടുത്താനുള്ള ആളുകളെ അന്വേഷിച്ച് അദ്ദേഹം മിലാനിലെ തെരുവുകളിലെങ്ങും അലഞ്ഞുതിരിഞ്ഞു. ചുമരിലാണ് ചിത്രം ആലേഖനം ചെയ്യേണ്ടത്. കണ്ടാൽ, ചിത്രം ഭോജനശാലയുടെ ഭാഗമാണെന്നു തോന്നണം. ആശ്രമത്തിലെ സന്യാസിമാർക്കൊപ്പമാണ് യേശുവും അനുചരരും ഇരിക്കുന്നതെന്ന പ്രതീതിയുണ്ടാകണം. മഠത്തിലെ സന്യാസിമാർ ഉപയോഗിക്കുന്ന മേശയും പാത്രങ്ങളും തന്നെയാകണം ചിത്രത്തിലും.

ഡാ വിഞ്ചി ചുമർചിത്രം - fresco - പൂർത്തിയാക്കി; 'അവസാനത്തെ അത്താഴ'മെന്ന് അതിനു പേരുമിട്ടു. ലോകത്തിലെ പ്രശസ്തമായ കലാരൂപങ്ങളിലൊന്നാണ് 'അവസാനത്തെ അത്താഴം'. ഡാ വിഞ്ചി അതു വരക്കുന്ന വേളയിൽ മിലാനിലെ മാന്യന്മാർ അദ്ദേഹം ചായമിടുന്നതു കാണുവാൻ ആശ്രമത്തിൽ വരുമായിരുന്നു. ആളുകൾ താൻ വരക്കുന്നത് കാണുന്നത് ഡാ വിഞ്ചി ഒരു ശല്യമായ് കണ്ടില്ല. സത്യത്തിൽ, അവരുടെ അഭിപ്രായമറിയുവാൻ അദ്ദേഹത്തിനും കൗതുകമുണ്ടായിരുന്നു.

ഡാ വിഞ്ചി ചുമരിൽ ചിത്രമെഴുതുന്നതു കാണാൻ വരുന്നവരുടെ കൂട്ടത്തിൽ ഒരു പതിനേഴുകാരനുണ്ടായിരുന്നു. വലുതായപ്പോൾ ഇയാൾ ഒരു എഴുത്തുകാരനായി. 'അവസാനത്തെ അത്താഴത്തെ'പറ്റി അയാൾ എഴുതിയ കുറിപ്പുകൾ ഇപ്പോഴുമുണ്ട്. ആശ്രമത്തിലെ ഭോജനശാലയിലേക്ക് ഡാ വിഞ്ചി പുലർച്ചെ എത്തും; പിന്നെ, പ്രഭാതം മുതൽ പ്രദോഷം വരെ, ഒരൊറ്റ വരയാണ് - ഒന്നും തിന്നാതെ, കുടിക്കാതെ. ചില ദിവസങ്ങളിൽ അദ്ദേഹം ചിത്രത്തിനു മുമ്പിൽ ഏറെനേരം നിന്ന് സ്വയം ശകാരിക്കും - വരച്ചതത്ര പോരെന്ന തോന്നലിൽ. ഇതേ നേരത്ത് അദ്ദേഹം "കുതിര" പൂർത്തിയാക്കുന്ന തിരക്കിലായിരുന്നു. ചിലപ്പോൾ, കുതിരയെവിട്ട് അദ്ദേഹം ഭോജനശാലയിലേക്ക് പാഞ്ഞുവരും; ബ്രഷുകൊണ്ട് അവിടെയുമിവിടെയും ചായം ചാലിച്ച് തിരിച്ചു പോകും.

ഫ്രസ്കോയിൽ - ചിത്രത്തിൽ- യേശു ഒത്ത മദ്ധ്യത്തിലാണിരിക്കുന്നത്. അവന്റെ ഇരുവശത്തുമായി ആറുവീതം ശിഷ്യന്മാർ. യേശുവിന്റെ മുഖം ശാന്തമെങ്കിലും വിഷാദച്ഛവിയുള്ളതാണ്. അവന്റെ അനുചരർ അവൻ പറഞ്ഞ വാർത്ത കേട്ട് ഞെട്ടി അവനെ വിട്ട് പിറകോട്ട് ആയുന്നു; ഒരാളൊഴികെ. അവനാ കൂട്ടത്തിൽപ്പെടാത്തവനെപ്പോലെ ഒറ്റതിരിഞ്ഞ് മേശമേൽ കയ്യൂന്നി നിൽപ്പാണ്. അവന്റെ പേരാണ് യൂദാസ്. അവനാണ് യേശുവിനെ ഒറ്റിക്കൊടുക്കാൻ പോകുന്നവൻ.

1497-ലാണ് 'അവസാനത്തെ അത്താഴം' പൂർത്തിയായത്. പൂർത്തിയായപ്പോൾ അതിനു ജീവനുള്ളതുപോലെ തോന്നി;

ചിത്രത്തിൽ നാടകീയത മുറ്റിനിൽക്കുന്നതായും അനുഭവപ്പെട്ടു. ഹൃദയസ്പർശിയായ ആ മ്യൂറൽ (ഫ്രസ്കോ) ഇറ്റലിയിലെങ്ങും ചർച്ചാ വിഷയമായി. അതിന്റെ സൗന്ദര്യത്തെക്കുറിച്ച് പറയുമ്പോൾ ആളുകൾക്ക് ആയിരം നാവായിരുന്നു. ഡാ വിഞ്ചി ആ കാലം കണ്ട ഏറ്റവും വലിയ കലാകാരനായ് മാറി. മറ്റു കലാകാരന്മാർ 'അത്താഴ'ത്തിന്റെ പകർപ്പുകളുണ്ടാക്കി. മരപ്പലകകളിൽ അതു മുദ്രണം ചെയ്യപ്പെട്ടു. ആ കൊച്ചു ദാരുശില്പങ്ങൾ വാങ്ങാൻ ആളുകൾ തിക്കിത്തിരക്കി. ഇറ്റലിയിലുള്ളവർ മാത്രമല്ല, യൂറോപ്പിലെ മറ്റിടങ്ങളിലുള്ളവരും അവ വാങ്ങിക്കൂട്ടി. ഇന്നും 'അത്താഴം' ഒരു മഹാപ്രതിഭയുടെ സൃഷ്ടിയായി വാഴ്ത്തപ്പെടുന്നു.

ഇങ്ങനെയൊക്കെയാണെങ്കിലും, ചിത്രം, 'കുതിര'യെപ്പോലെ തന്നെ, ദുരന്തമായി. എന്തുകൊണ്ടാണെന്നോ? ചിത്രത്തിനു കേടുപറ്റി; അതുകൊണ്ടു തന്നെ. ചിത്രം പൂർത്തിയായി അമ്പതു കൊല്ലങ്ങൾ കഴിഞ്ഞപ്പോൾ അതിൽ വിള്ളലുകളുണ്ടായി. വിള്ളലുകൾക്ക് ആരാണ് കാരണം? മറ്റാരുമല്ല, ഡാ വിഞ്ചി തന്നെ.

മറ്റുള്ളവർ ഫ്രസ്കോ ഉണ്ടാക്കുന്നതുപോലെയല്ല ഡാ വിഞ്ചി തന്റെ ഫ്രസ്കോ ഉണ്ടാക്കിയത്. ചിത്രത്തിൽ തനിക്കു തോന്നുമ്പോഴൊക്കെ മാറ്റമുണ്ടാക്കാൻ അദ്ദേഹം ആഗ്രഹിച്ചിരുന്നു. അതുകൊണ്ട്, അദ്ദേഹം പുതിയൊരു രീതിയിലാണ് ചിത്രമെഴുതിയത്. അദ്ദേഹം ചുമരിൽ വാർണിഷ് തേച്ചുപിടിപ്പിച്ചു; അതിനു മുകളിൽ ടെമ്പറാചായം കൊണ്ടാണ് ചിത്രമെഴുതിയത്. ടെമ്പറ ഓർമ്മയുണ്ടല്ലോ - മുട്ടയുടെ മഞ്ഞക്കരു ബേയ്സായുള്ള ചായം. ഡാ വിഞ്ചിയുടെ ഈയൊരു പരീക്ഷണം വലിയൊരു തെറ്റായിപ്പോയി - ഡാ വിഞ്ചിയുടെ പിഴ, വലിയ പിഴ.

ഇന്നാ ചുമർചിത്രത്തിന്റെ പല ഭാഗങ്ങളും അടർന്നുപോയിരിക്കുന്നു; ആളുകളുടെ മുഖങ്ങൾ പാതിയും മാഞ്ഞുപോയിരിക്കുന്നു; നിറം മങ്ങിയിരിക്കുന്നു. 'അവസാനത്തെ അത്താഴം' പഴയ നിലയിലാക്കാൻ ആളുകൾ ശ്രമിച്ചില്ലെന്നല്ല. ശ്രമിച്ചു; പക്ഷേ, കേടുപാടുകൾ പൂർണ്ണമായും തിരുത്താൻ ആർക്കും കഴിഞ്ഞിട്ടില്ല.

ഇന്നത്തെ നിലയിലാ ചിത്രം കണ്ടാൽ ഡാ വിഞ്ചിയുടെ ഹൃദയം നിലച്ചുപോയേക്കും. അത് കാണാൻ അദ്ദേഹമില്ലാത്തത് അദ്ദേഹത്തിന്റെ ഭാഗ്യം!

തെമ്മാടി

മിലാനിലെ പ്രഭു വർഷങ്ങളോളം ഡാ വിഞ്ചിയെ പ്രോത്സാഹിപ്പിച്ചു, കയ്യയഞ്ഞു സഹായിച്ചു. മറ്റു സമ്പന്നർക്കു വേണ്ടി ജോലിചെയ്യാനും ഡാ വിഞ്ചിയെ പ്രഭു അനുവദിച്ചു. അതുകൊണ്ട്, ഡാ വിഞ്ചിക്ക് തിരക്കൊഴിഞ്ഞ നേരമുണ്ടായിരുന്നില്ല.

മിലാനിൽ താമസിക്കേ, ഡാ വിഞ്ചി ഒരു പയ്യനെ ദത്തെടുത്തു - പത്തുവയസ്സുള്ള ഒരു ദരിദ്രബാലനെ. 1490-ലാണ് അദ്ദേഹം ആ കുട്ടിയെ കൂടെക്കൂട്ടിയത്. അവന്റെ ശരിക്കുള്ള പേര് ജാക്കൊമോ (Giacomo) എന്നാണ്. പക്ഷേ, ഡാ വിഞ്ചി അവനെ വിളിച്ചിരുന്നത് ‘‘സലായ്’’ (Salai) എന്നാണ്. ‘സലായ്’ എന്നാൽ ‘തെമ്മാടി’ എന്നർത്ഥം; ‘ചെകുത്താൻ’ എന്നും അർത്ഥമുണ്ട്. സലായ് ശരിക്കുമൊരു തെമ്മാടിയായിരുന്നു - നുണയൻ; സാധനങ്ങൾ എറിഞ്ഞുടക്കുന്നവൻ; പണം കക്കുന്നവൻ. രണ്ടാളുടെ തീറ്റതിന്നും അവനെന്നാണ് ഡാ വിഞ്ചി പറഞ്ഞത്; നാലാളുകളുണ്ടാക്കുന്നത്ര കുഴപ്പമുണ്ടാക്കുമെന്നും.

‘തെമ്മാടി’ കുഴപ്പക്കാരനായിരുന്നുവെങ്കിലും ഡാ വിഞ്ചിക്കവനെ ഇഷ്ടമായിരുന്നു. ഇഷ്ടമെന്നു പറഞ്ഞാൽപ്പോരാ, അന്ധമായ പ്രേമമെന്നു തന്നെ പറയാം. അദ്ദേഹം അവനെ സമ്മാനങ്ങൾ കൊടുത്ത് വഷളാക്കി. അവനെത്ര നുണ പറഞ്ഞാലും, എവിടുന്നൊക്കെ കട്ടാലും ഡാ വിഞ്ചി ഒന്നും പറയില്ല. ആ ചെകുത്താൻ

സലായ് (Salai)

ഡാ വിഞ്ചിക്കൊപ്പം, അദ്ദേഹം മരിക്കും വരെ, കഴിഞ്ഞു. ഡാ വിഞ്ചി എവിടെപ്പോയാലും അവനും ഒപ്പമുണ്ടാകും. അവൻ ഡാ വിഞ്ചിയുടെ വേലക്കാരനായി വർത്തിച്ചിരിക്കാം. പക്ഷേ, ഡാ വിഞ്ചിക്കവൻ വെറുമൊരു വേലക്കാരനായിരുന്നില്ല. അറിയാമല്ലോ, ഡാ വിഞ്ചിക്ക് അടുപ്പമുള്ളവർ വളരെക്കുറവായിരുന്നു. അദ്ദേഹമെന്നും ഏകാകിയായിരുന്നല്ലോ. അദ്ദേഹത്തിന് സ്വന്തമായൊരു കുടുംബവുമുണ്ടായിരുന്നില്ലെന്ന് നിങ്ങൾക്കറിയാമല്ലോ. അച്ഛനില്ലാത്തവൻ; അമ്മയില്ലാത്തവൻ; സഹോദരങ്ങളില്ലാത്തവൻ; കൂട്ടുകാരില്ലാത്തവൻ. 'സലായ്'' വന്നപ്പോൾ അവൻ അദ്ദേഹത്തിനൊരു കുടുംബാംഗത്തെപ്പോലെയാണെന്ന് തോന്നിയിരിക്കണം.

The Virgin of the Rocks, 1495–1508

Madonna with the Yarnwinder, ca. 1501-07

ഡാ വിഞ്ചിയുടെ നോട്ടുപുസ്തകങ്ങൾ

1499-ലാണ് ഫ്രഞ്ചുകാർ മിലാൻ ആക്രമിച്ചത്. അതോടെ, പ്രഭുവിന് അധികാരം നഷ്ടമായി. അദ്ദേഹം നാടു വിടാൻ ശ്രമിച്ചു. പക്ഷേ, ഫ്രഞ്ചുകാർ അദ്ദേഹത്തെ പിടിച്ചുകെട്ടി ഫ്രാൻസിലേക്ക് കൊണ്ടുപോയി. ഫ്രാൻസിൽ തടവിലാക്കപ്പെട്ട പ്രഭു ഒരു തടവുപുള്ളിയായി മരിച്ചു.

അതേ വർഷം ഡിസംബറിൽ ഡാ വിഞ്ചിയും മിലാൻ വിട്ടു. പ്രഭുവില്ലാത്ത മിലാൻ എന്തു മിലാനാണ്? നാടു വിടുമ്പോൾ ഡാ വിഞ്ചി സലായിയെയും ഒപ്പം കൂട്ടി; സലായിയെക്കൂടാതെ പഴയൊരു ചങ്ങാതിയും ഡാ വിഞ്ചിക്കൊപ്പം കൂടി. പതിനാറു കൊല്ലമാണ് ഡാ വിഞ്ചി മിലാനിൽ കഴിച്ചുകൂട്ടിയത്. ഇപ്പോഴിതാ, വീണ്ടും അദ്ദേഹത്തിനൊരു വീടില്ലാതായിരിക്കുന്നു; വേരില്ലാതായിരിക്കുന്നു. നാടുകൾ തോറും അലഞ്ഞുതിരിയാൻ തുടങ്ങിയ ആ വലിയ കലാകാരന്റെ പക്കൽ കൂടുതലൊന്നുമുണ്ടായിരുന്നില്ല. ഉണ്ടായിരുന്നത് അദ്ദേഹത്തിന്റെ നോട്ടുപുസ്തകങ്ങൾ - സ്കെച്ച് ബുക്ക് - മാത്രം.

മിലാനിൽ വസിക്കേ, ഡാ വിഞ്ചിക്ക് നോട്ടുപുസ്തകങ്ങൾ സൂക്ഷിക്കുന്ന ശീലമുണ്ടായിരുന്നു. അവയിൽ അദ്ദേഹം പുതിയ ആശയങ്ങൾ കുറിച്ചിടും; രേഖാചിത്രങ്ങൾ വരച്ചുവെക്കും. മുപ്പതു

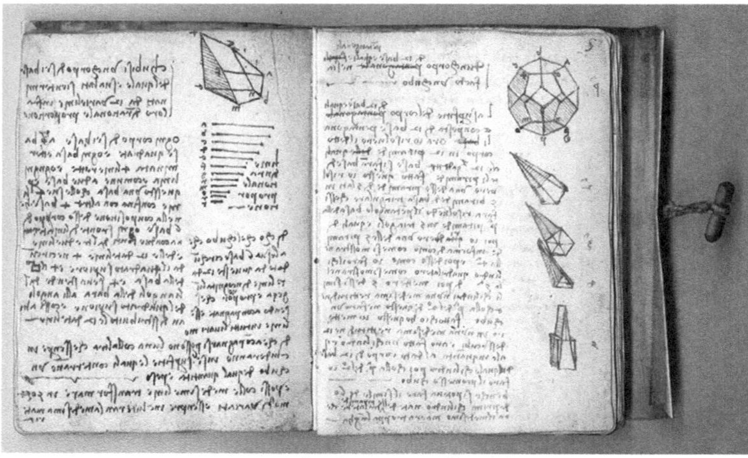

ഡാ വിഞ്ചിയുടെ നോട്ട് ബുക്ക്

വർഷങ്ങളോളം കുറിപ്പുകളും ചിത്രങ്ങളും കൊണ്ട് അദ്ദേഹം ആ നോട്ടുപുസ്തകങ്ങൾ നിറച്ചു. എല്ലാ വിഷയങ്ങളെയും കുറിച്ചുള്ള ഒരു സർവ്വവിജ്ഞാനകോശം ഉണ്ടാക്കാനാണ് അദ്ദേഹം ആ കുറിപ്പുകളും വരകളും തയ്യാറാക്കിയത്. മിലാൻ പ്രഭുവിനു വേണ്ടി യുണ്ടാക്കാനിരുന്ന 'കുതിര'യെപ്പോലൊരു ബൃഹത് പദ്ധതിയായിരുന്നു ഇതും. കുതിരപ്രതിമയുടെ കാര്യത്തിലെന്നപോലെ സർവ്വവിജ്ഞാനകോശവും പൂർത്തിയാകാതെ പോയി. പക്ഷേ, ആ നോട്ടുബുക്കുകളുണ്ടല്ലോ, അവ വിലമതിക്കാനാകാത്ത നിധിയാണ് - ഇന്നും. തനിക്കിഷ്ടമുള്ള കാര്യങ്ങളെക്കുറിച്ചുള്ള മനോഹരമായ ചിത്രങ്ങൾ ഡാ വിഞ്ചി അവയിൽ വരച്ചുവെച്ചിട്ടുണ്ട്. ലോകത്തിലിന്നു കാണാവുന്ന അതിമനോഹരമായ രേഖാചിത്രങ്ങളാണവ. അവയുടെ മൂല്യമെന്തെന്നറിയാൻ 'ഹഡ്സൺ ഹോക്' എന്ന ഹോളിവുഡ് സിനിമ കണ്ടാൽ മതി. ബ്രൂസ് വില്ലിസ് നായകനായ ഈ സിനിമ ഡാ വിഞ്ചിയുടെ സ്കെച്ചുപുസ്തകം മോഷ്ടിക്കുന്നതിനെക്കുറിച്ചാണ് കാണിക്കുന്നത്.

ഈ നോട്ടു പുസ്തകങ്ങളൊക്കെക്കൂടി ഒരു പതിമൂന്നായിരത്തിലധികം താളുകളുണ്ടായിരുന്നു. ഡാ വിഞ്ചിയുടെ ചരമാനന്തരം അവയിൽ പല താളുകളും കീറിയെടുക്കപ്പെട്ടു; കീറിയ താളുകൾ

വിൽക്കപ്പെട്ടുകയുമുണ്ടായി. ചില പുസ്തകങ്ങൾ അപ്രത്യക്ഷമായി. അപ്രത്യക്ഷമായവയിൽ ചിലത് വീണ്ടും പ്രത്യക്ഷമായി - നൂറോളം കൊല്ലങ്ങൾക്കു ശേഷം. ഇന്ന് ഡാ വിഞ്ചിയുടെ പുസ്തകത്താളുകളുടെ പത്തു വ്യത്യസ്ത ശേഖരങ്ങളുണ്ട് - മൊത്തം ആറായിരം താളുകൾ. ആദ്യമുണ്ടായിരുന്ന താളുകളുടെ പകുതിയോളമെന്നു പറയാം. ഈ പത്തു ശേഖരങ്ങളും പത്തു നാട്ടുകളിലാണുള്ളത്. ബാക്കിയുള്ള താളുകൾ എന്നെങ്കിലും വീണ്ടും പുറത്തുവരുമെന്ന പ്രതീക്ഷയിലാണ് ലോകം.

ഇവയിലൊരു ശേഖരം വാങ്ങിച്ചതാരാണെന്നറിയാമോ? ബിൽ ഗേറ്റ്സ്. ഗേറ്റ്സിനെ അറിയില്ലേ? മൈക്രോസോഫ്റ്റിന്റെ മുൻ CEO; അമേരിക്കൻ ബിസിനസ്സുകാരൻ; മുതലാളി; കാരുണ്യ പ്രവർത്തകൻ; എഴുത്തുകാരൻ. അങ്ങേർക്ക് പണം പുല്ലാണ്. ഈ ശേഖരത്തിലെ താളുകളിലെല്ലാം വെള്ളത്തെ സംബന്ധിച്ച ചിത്രങ്ങളാണ്. കോഡെക്സ് അറ്റ്ലാൻറ്റിക്കസ് (Codex Atlanticus) എന്നാണ് അതിനിട്ടിരിക്കുന്ന പേര്. മ്യൂസിയങ്ങളിൽ അത് ചിലപ്പോഴൊക്കെ പ്രദർശിപ്പിക്കപ്പെടാറുണ്ട്. തരംഗങ്ങൾ, പ്രവാഹങ്ങൾ, കുഞ്ഞലകൾ, വെള്ളത്തുള്ളികൾ തുടങ്ങിയവയൊക്കെ ഡാ വിഞ്ചി അതിൽ വരച്ചിട്ടുണ്ട്. ചെളികെട്ടിനിൽക്കുന്ന ഒരിടത്തിലേക്ക് ഒരു വെള്ളത്തുള്ളി തെറിച്ചുവീഴുന്നതുകൂടി അദ്ദേഹം വരച്ചിരിക്കുന്നതായ് കാണാം. അത്രയ്ക്ക് സൂക്ഷ്മമായിരുന്നു ഡാ വിഞ്ചിയുടെ കണ്ണുകൾ - ഒരതിവേഗക്യാമറയേക്കാൾ സമർത്ഥമായ കണ്ണുകൾ. വെള്ളം കൊണ്ട് ഡാ വിഞ്ചി നടത്തിയ പരീക്ഷണങ്ങളും ഈ താളുകളിൽ നമുക്ക് കാണാം.

ഡാ വിഞ്ചി തന്റെ നോട്ടുബുക്കിലെഴുതിയത് ഒരു പ്രത്യേക രീതിയിലാണ്. എല്ലാ അക്ഷരങ്ങളും അദ്ദേഹം തലതിരിച്ചാണെഴുതിയത്. നമ്മൾ അക്ഷരങ്ങൾ കണ്ണാടിയിൽ കാണുമ്പോൾ എങ്ങനെയിരിക്കും? അങ്ങനെ. ഇങ്ങനെ എഴുതുന്നതിന് കണ്ണാടിയെഴുത്ത് (mirror writing) എന്നാണ് പറയാറ്. എഴുതിയതിനു നേരെ കണ്ണാടി പിടിച്ചാലേ എഴുതിയതെന്തെന്ന് നമുക്ക് ശരിക്കും മനസ്സിലാവുകയുള്ളൂ. എന്തിനാണ് ഡാ വിഞ്ചി

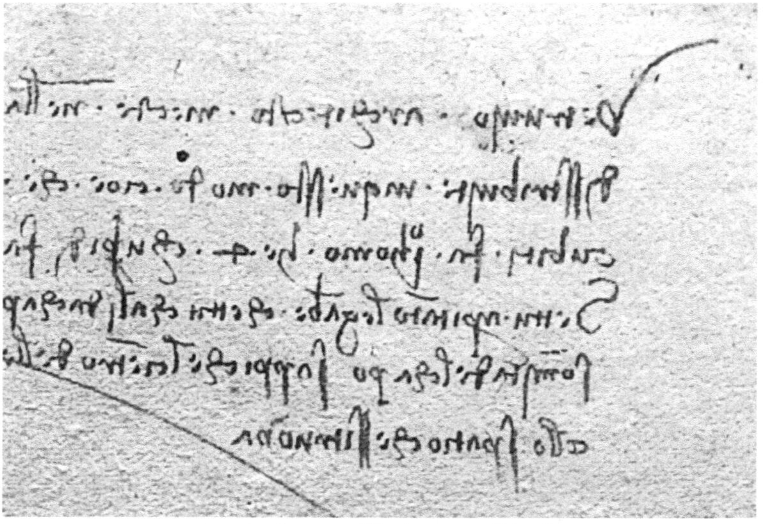

കണ്ണാടിയെഴുത്ത് (mirror writing)

ഇങ്ങനെ എഴുതിയത്? ആവോ, ആർക്കറിയാം! അതിന്നും ഒരു രഹസ്യമാണ്. ഒരു പക്ഷേ, അദ്ദേഹം ഇടതുകയ്യൻ ആയതു കൊണ്ടാകാം കണ്ണാടിയെഴുത്ത് ശീലിച്ചത്. ഇടതുകയ്യന്മാർക്ക് ഇങ്ങനെ എഴുതാൻ എളുപ്പമാണ്. അതല്ലെങ്കിൽ, മറ്റുള്ളവർക്ക് താനെഴുതിയത് എളുപ്പത്തിൽ മനസ്സിലാകരുതെന്ന് അദ്ദേഹം ആഗ്രഹിച്ചിരിക്കാം. മറ്റുള്ളവർ തന്റെ ചിന്തകൾ മോഷ്ടിച്ചാലോ എന്ന് അദ്ദേഹം ആശങ്കപ്പെട്ടിരിക്കാം; ആശയങ്ങൾ രഹസ്യമായിരിക്കട്ടെ എന്ന് ആഗ്രഹച്ചിരിക്കാം.

വെള്ളത്തോടുള്ള ഡാ വിഞ്ചിയുടെ കമ്പം കുട്ടിക്കാലത്തേ തുടങ്ങിയതാണല്ലോ. അന്ന് കണ്ട കൊടുങ്കാറ്റും വെള്ളപ്പൊക്കവും അദ്ദേഹത്തിന്റെ മനസ്സിൽ എന്നും മായാതെ നിന്നു. എങ്കിലും, വെള്ളം മാത്രമായിരുന്നില്ല അദ്ദേഹത്തെ ഹരം പിടിപ്പിച്ച വിഷയം. മറ്റു വിഷയങ്ങളും തന്റെ സർവ്വവിജ്ഞാനകോശത്തിലുൾപ്പെടുത്താൻ അദ്ദേഹം ആലോചിച്ചിരുന്നു. അതിലൊരു വിഷയം പ്രകാശമാണ്. വെളിച്ചമെന്തെന്ന് മനസ്സിലാക്കി വിശദീകരിക്കാൻ അദ്ദേഹം പ്രയത്നിച്ചു. വെളിച്ചമെന്നാൽ എന്താണ്? എന്തുകൊണ്ടാണ് അതിനെ ഉണ്ടാക്കിയിരിക്കുന്നത്? കാഴ്ച

പ്രവർത്തിക്കുന്നതെങ്ങനെ? അതുമാത്രമല്ല, മറ്റു നിരവധി വിഷയങ്ങളും അദ്ദേഹത്തിന്റെ ആലോചനയുടെ പരിധിയിൽ ഭ്രമണം ചെയ്തുകൊണ്ടേയിരുന്നു. നേരുപറഞ്ഞാൽ, അദ്ദേഹം ആലോചിച്ചുകൂട്ടാത്ത വിഷയങ്ങളുണ്ടായിരുന്നില്ല. ഒരു വിഷയത്തിൽ മാത്രമായി അദ്ദേഹം ഒരിക്കലും ഉടക്കി നിന്നിരുന്നില്ല. പക്ഷികൾക്ക് പറക്കാൻ സാധിക്കുന്നതെങ്ങനെ? മനുഷ്യശരീരത്തിലെ വിവിധ ഭാഗങ്ങളേതൊക്കെ? എന്നുവേണ്ട, സംഗീതം, ആയുധങ്ങൾ, അണക്കെട്ടുകൾ തുടങ്ങി നാനാതരത്തിലുള്ള കാര്യങ്ങൾ അദ്ദേഹത്തിന്റെ നോട്ടുബുക്കുകളിൽ കാണാം.

നോട്ടുപുസ്തകങ്ങൾ നിറയെ,എഴുത്തിനൊപ്പം, മനോഹരമായ ചിത്രങ്ങൾ കൂടി കാണാം. മനസ്സിലെന്തു വരുന്നുവോ അതപ്പോൾത്തന്നെ അദ്ദേഹം പുസ്തകത്തിൽ എഴുതുകയും വരക്കുകയും ചെയ്യുമായിരുന്നു. ആ വരകളും കുറിപ്പുകളും കണ്ടാൽ അറിയാം, ഡാ വിഞ്ചി വെറുമൊരു കലാകാരനായിരുന്നില്ല, ഒരു ശാസ്ത്രപ്രതിഭകൂടിയായിരുന്നുവെന്ന്.

എല്ലാത്തരം യന്ത്രങ്ങളും ഡാ വിഞ്ചിയെ ആകർഷിച്ചിരുന്നു. പിരിയാണികൾ, സന്ധികൾ, വിജാഗിരികൾ, കൊളുത്തുകൾ, സ്പ്രിങ്ങുകൾ, അങ്ങനെ എല്ലാം അദ്ദേഹം നോട്ടുപുസ്തകത്തിൽ വരക്കുകയുണ്ടായി. വാതിലിന്റെ വിജാഗിരിക്ക് എന്ത് സൗന്ദര്യമാണുള്ളത്? പക്ഷേ, ഡാ വിഞ്ചി അതു വരക്കുമ്പോൾ അതിന് മനോഹാരിത താനേ കൈവരുമായിരുന്നു.

കരയിലും വെള്ളത്തിലും വായുവിലും മനുഷ്യർക്ക് യഥേഷ്ടം സഞ്ചരിക്കാനുള്ള വാഹനങ്ങളുണ്ടാക്കാനും ഡാ വിഞ്ചിക്ക് പ്ലാനുണ്ടായിരുന്നു. ഇന്നു നാം കാണുന്ന സൈക്കിളിനെപ്പോലൊന്ന് അദ്ദേഹം രൂപകൽപ്പന ചെയ്തിരുന്നു. സൈക്കിൾ മാത്രമല്ല, പാരച്യൂട്ടും മുങ്ങിക്കപ്പലും അദ്ദേഹം വരച്ചുവെക്കുകയുണ്ടായി.

നോട്ടുപുസ്തകത്തിലൊരിടത്ത് ഒരു പറക്കും വാഹനത്തിന്റെ ചിത്രം കാണാം. കണ്ടാൽ അതു ഹെലിക്കോപ്റ്റർ പോലിരിക്കും. ഭാവിയിൽ മനുഷ്യർക്ക് പറക്കാൻ കഴിയുമെന്ന് അദ്ദേഹം ഉറച്ചു വിശ്വസിച്ചിരുന്നു.

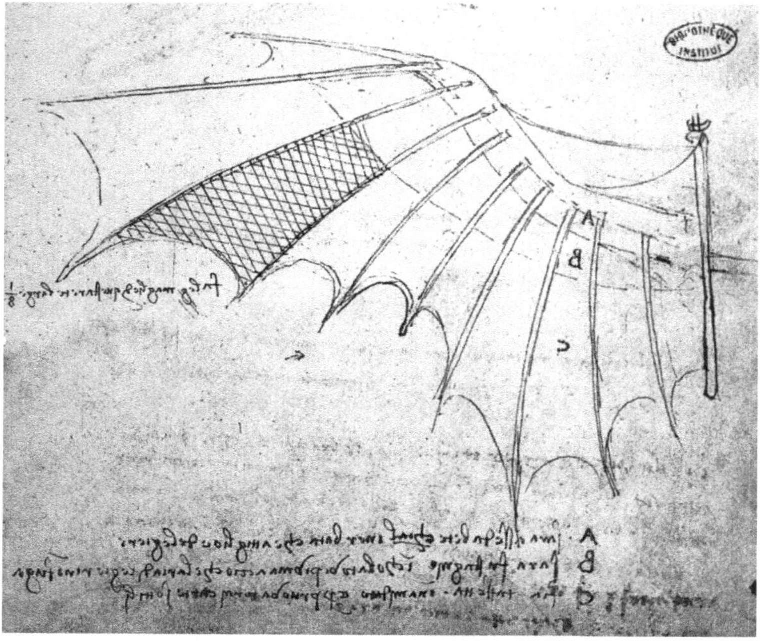

"പറക്കാനുള്ള യന്ത്രമുണ്ടാക്കാൻ നമുക്ക് സാദ്ധ്യമാണ്," അദ്ദേഹം പറയുമായിരുന്നു.

ഡാ വിഞ്ചി ചന്തയിൽനിന്ന് പക്ഷികളെ വാങ്ങുമായിരുന്നുവെന്നൊരു കഥയുണ്ട്. വാങ്ങിക്കൊണ്ടുവരുന്ന പക്ഷികളെ അദ്ദേഹം കൂട്ടു തുറന്നു വിടും. ഈ പക്ഷികളെങ്ങനെയാണ് ചിറകടിക്കുന്നത്? എങ്ങനെയാണ് അവയ്ക്ക് പറക്കാൻ കഴിയുന്നത്? കാലൊടിയാതെ അവക്കെങ്ങനെ നിലത്തിറങ്ങാൻ കഴിയുന്നു? എങ്ങനെ? എങ്ങനെ? ഈ ചോദ്യമാണല്ലോ മൗലികമായ ഉത്തരങ്ങൾക്കുള്ള പ്രചോദനം. ഒരു ശാസ്ത്രജ്ഞൻ എന്നും എപ്പോഴും ചോദിച്ചുകൊണ്ടിരിക്കുന്ന ചോദ്യമാണല്ലോ, 'എങ്ങനെ?'

ഡാ വിഞ്ചി പക്ഷിച്ചിറകുകളുടെ ധാരാളം ചിത്രങ്ങൾ വരച്ചു; ചിറകുകളിൽ തൂവലുകൾ വളരുന്നതെങ്ങനെയെന്ന് പഠിച്ചു. വവ്വാലുകളുടെ ചിറകുകളാണ് അദ്ദേഹം പ്രത്യേകമായും പഠിച്ചത്.

കപ്പികളും ചക്രങ്ങളുമൊക്കെ ഉപയോഗിച്ച് മനുഷ്യരെ പറക്കാൻ സഹായിക്കുന്ന ചിറകുകളുണ്ടാക്കാനാണ് അദ്ദേഹം ആദ്യം ശ്രമിച്ചത്. ചിറകിലെ അസ്ഥി മരം കൊണ്ടാകും; തോലുകൊണ്ട് പേശികളും, തുണികൊണ്ട് ചർമ്മവും.

ഡാ വിഞ്ചി ശരിക്കും ചിറകുകൾ ഉണ്ടാക്കിയോ? ആവോ, ആർക്കുമറിയില്ല. ഉണ്ടാക്കിയെങ്കിൽത്തന്നെ അതാരെങ്കിലും പരീക്ഷിച്ചുവോ? അതുമറിയില്ല. ഫ്ലോറൻസിനടുത്തുള്ള ഒരു കുന്നിൽവെച്ച് ചിറകുകൾ പരീക്ഷിച്ചുവെന്ന് ഡാ വിഞ്ചി നോട്ടുപുസ്തകത്തിൽ കുറിച്ചിട്ടുണ്ട്. അഥവാ, അങ്ങനെ സംഭവിച്ചിട്ടുണ്ടെങ്കിൽ അദ്ദേഹം പറന്നിരിക്കാൻ സാദ്ധ്യതയില്ല. കാരണം, ചിറകുകൾ ഭാരം കൂടിയവയാണല്ലോ. മനുഷ്യർക്ക് തങ്ങളുടെ ബലം കൊണ്ട് വായുവിലൂടെ നീങ്ങാനും പറ്റില്ല. അതിന് യന്ത്രത്തിന്റെ സഹായം കൂടിയേ പറ്റൂ. ഡാ വിഞ്ചിയുടെ കാലത്ത് അത്തരം യന്ത്രങ്ങൾ ഉണ്ടായിരുന്നില്ലല്ലോ.

എങ്കിലും, ഡാ വിഞ്ചിയുടെ വിശ്വാസം ശരിയായിരുന്നു: മനുഷ്യന് പറക്കാൻ പറ്റും. മനുഷ്യർ പറക്കും യന്ത്രം ഉണ്ടാക്കുകയുണ്ടായി.

പക്ഷേ, അതിന് ഏറെക്കാലം കാത്തിരിക്കേണ്ടി വന്നു - 1903 ഡിസംബർ വരെ. അന്നാണ് റൈറ്റ് സഹോദരന്മാർ തങ്ങളുടെ വിമാനം പറത്തിയത് - പന്ത്രണ്ട് സെക്കൻഡോളം. ഡാ വിഞ്ചി മരിച്ച് അപ്പോഴേക്കും നാന്നൂറോളം വർഷങ്ങൾ കഴിഞ്ഞിരുന്നു. കാലത്തിനു മുമ്പേ ചിന്തിച്ച മനുഷ്യനായിരുന്നു ഡാ വിഞ്ചി.

The Battle of Anghiari (detail), 1505

Leda and the Swan, 1515-20

മനുഷ്യനെന്ന മഹായന്ത്രം

ഇറ്റലിയിൽ മറ്റൊരു പ്രഭുവുണ്ടായിരുന്നു - സെസാർ ബോർഹിയ (Borgia). ഇയാൾ ഒരു രക്തദാഹിയായിരുന്നു; യുദ്ധക്കൊതിയനും. ഈ പ്രഭുവിനുവേണ്ടിയാണ് ഡാ വിഞ്ചി കുറച്ചുകാലം ജോലി ചെയ്തത്. പ്രഭുവിന്റെ സൈന്യത്തിനുവേണ്ടി അദ്ദേഹം യുദ്ധത്തിനുള്ള ആയുധങ്ങൾ രൂപകൽപ്പന ചെയ്തു. അതുകൊണ്ട്, ഡാ വിഞ്ചിക്ക് യുദ്ധം ഇഷ്ടമായിരുന്നുവെന്ന് വിചാരിക്കരുത്. അദ്ദേഹത്തിന് യുദ്ധത്തോട് വെറുപ്പായിരുന്നു. യുദ്ധമൊരു രോഗമാണെന്നാണ് അദ്ദേഹം പറഞ്ഞിരുന്നത്. എങ്കിലും, നവീനമായ, മെച്ചമേറിയ, യുദ്ധോപകരണങ്ങൾ നിർമ്മിക്കുന്നതിൽ അദ്ദേഹം രസം കണ്ടെത്തിയിരുന്നു. അദ്ദേഹമുണ്ടാക്കിയ ചില യുദ്ധയന്ത്രങ്ങൾ കണ്ടാൽ, നാമിന്നു കാണുന്ന കാൽപ്പനിക സിനിമകളിലെ ആയുധങ്ങൾ പോലിരിക്കും. അവയിലൊന്ന് ഭീമാകാരമുള്ള ഒരു ചൂണ്ടുവില്ലാണ് - crossbow - ഒരേ സമയത്ത് അനേകം അമ്പുകൾ തൊടുത്തുവിടാൻ പറ്റുന്നൊരു വില്ല്. ആ വില്ലിന്റെ വലുപ്പം എത്രയാണെന്നോ? അതെടുത്തുപയോഗിക്കാൻ ഒന്നോ രണ്ടോ ഭടന്മാർ മതിയാകില്ല; അനേകം ഭടന്മാർ ഒന്നിച്ചു നിന്നുവേണം അതെടുത്തു പ്രയോഗിക്കാൻ. ഒരു പാട് കത്തികൾ തള്ളിനിൽക്കുന്ന ഒരായുധമാണ് ഡാ വിഞ്ചി മെനഞ്ഞ മറ്റൊരുപകരണം. അത് കുതിരയുടെ വശങ്ങളിൽ പിടിപ്പിക്കാനുള്ളതാണ്. കുതിരയോട്ടുന്നവനെ ശത്രുക്കൾക്ക് അടുക്കാൻ പറ്റാത്തവിധം മാരകമായിരുന്നു ആ കത്തികളുടെ വാൾത്തലപ്പുകൾ.

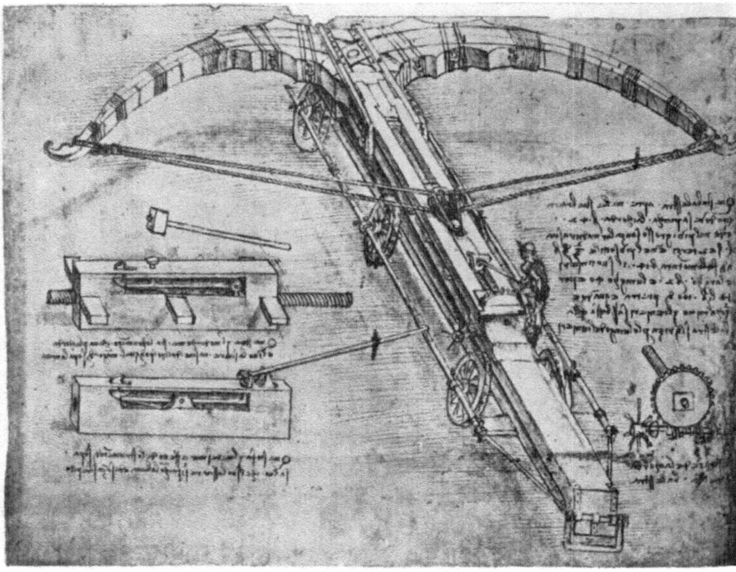

ക്രോസ് ബോ (crossbow)

മനുഷ്യശരീരത്തെയും ഡാ വിഞ്ചിയൊരു യന്ത്രമായാണ് കണ്ടത് - കുറ്റവും കുറവുമില്ലാത്ത പൂർണ്ണമായ ഒരു യന്ത്രം. മനുഷ്യ ശരീരത്തിന്റെ അകവും പുറവും ഒരുപോലെ പഠിക്കാൻ ഡാ വിഞ്ചി ഏറെ ശ്രമിച്ചു - പണ്ട് കുതിരകളെ കീറിമുറിച്ച് പഠിച്ചപോലെ. മനുഷ്യദേഹത്തിലെ വിവിധ ഭാഗങ്ങൾ ഒരുമയോടെ എങ്ങനെ പ്രവർത്തിക്കുന്നുവെന്നറിയാൻ അദ്ദേഹത്തിന് വല്ലാത്ത ജിജ്ഞാസയുണ്ടായിരുന്നു. അതറിയാൻ എന്താ ഒരു വഴി? ഒരേയൊരു വഴിയേയുള്ളൂ - മൃതശരീരം കീറിമുറിച്ചു നോക്കുക. ഉള്ളിത്തൊലി ഉരിച്ചു കളയുന്നതുപോലെ ശരീരത്തിലെ ഓരോ അടുക്കും ഉരിച്ചു കളഞ്ഞാൽ ശരീരം എങ്ങനെയിരിക്കുന്നുവെന്ന് അറിയാൻ കഴിയും; അതിന്റെ നിർമ്മാണരഹസ്യം വെളിപ്പെടും.

ഇന്ന് വൈദ്യവിദ്യാർത്ഥികൾ മൃതദേഹങ്ങൾ വിച്ഛേദിച്ചാണ് ശരീരത്തിന്റെ രഹസ്യം മനസ്സിലാക്കുന്നത്, അല്ലേ? ഒരാൾ മരിച്ചു കഴിഞ്ഞാൽ അയാളെ കീറിമുറിച്ചല്ലേ ഡോക്ടർമാർ മരണഹേതു കണ്ടുപിടിക്കുന്നത്? ചരമാനന്തര ശസ്ത്രക്രിയ - പോസ്റ്റ് മോർട്ടം,

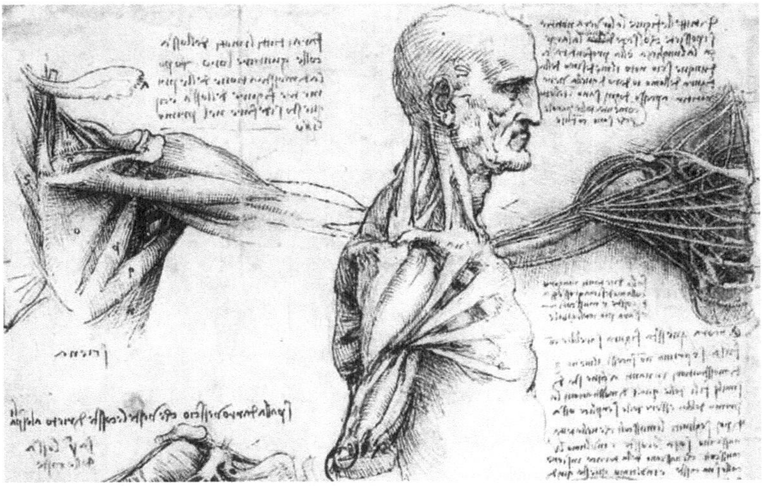

ശരീര ഘടന

ആട്ടോപ്സി - എന്നൊക്കെ കേട്ടിട്ടില്ലേ? പക്ഷേ, ഇക്കാലമല്ലല്ലോ ഡാ വിഞ്ചിയുടെ കാലം. അക്കാലം വൈദ്യവിദ്യാർത്ഥികൾ ശരീരച്ഛേദം ചെയ്തിരുന്നില്ല; ചെയ്തിരുന്നെങ്കിൽത്തന്നെ അത് വളരെ, വളരെ വിരളമായിരുന്നു. അവരുടെ പഠനം മുഴുവനും പുസ്തകങ്ങളിൽ ഒതുങ്ങിയ കാലമാണത്. മൃതശരീരം കീറിമുറിക്കുന്ന കാര്യം അവർക്കലോചിക്കുവാൻപോലും ഭയമായിരുന്നു. അത്ര ഭീകരം!

പക്ഷേ, ഡാ വിഞ്ചിക്ക് ആ ഭയമുണ്ടായിരുന്നില്ല. കാര്യങ്ങൾ മനസിലാക്കാനുള്ള മൂപ്പരുടെ തൃഷ്ണ അത്ര കടുത്തതായിരുന്നു. മിലാനിൽ താമസിച്ചിരുന്നപ്പോൾത്തന്നെ അദ്ദേഹം മൃതശരീരങ്ങളിൽ ചില ശസ്ത്രപ്രയോഗം നടത്തിയിരുന്നു. ഡാ വിഞ്ചി ഡോക്ടറല്ല; വൈദ്യം പഠിക്കുന്നവനുമല്ല. അതിനാൽത്തന്നെ, അദ്ദേഹം ശരീരം കീറിമുറിക്കുന്നത് നിയമപരമായ് വലിയ തെറ്റാണ്. തെറ്റാണെങ്കിലും അദ്ദേഹം ശരീരങ്ങൾ കീറിമുറിച്ച് പരിശോധിക്കുകതന്നെ ചെയ്തു. ഫ്ലോറൻസിലേക്ക് തിരിച്ചു ചെന്ന കാലത്തും അദ്ദേഹം ഇങ്ങനെ മനുഷ്യശരീരങ്ങളിൽ ശസ്ത്രക്രിയകൾ നടത്തി. അവയിലൂടെ നേടിയ പാഠങ്ങളൊക്കെയും അദ്ദേഹം തന്റെ നോട്ടുപുസ്തകത്തിൽ കുറിച്ചിട്ടു. മനുഷ്യശരീരത്തെ സംബന്ധിച്ചുള്ള അദ്ദേഹത്തിന്റെ ചിത്രങ്ങൾ നമ്മുടെ കണ്ണുതള്ളിക്കുന്നതാണ്.

ഫ്ലോറൻസിലെ ഒരാശുപത്രിയിൽ ഡാ വിഞ്ചിക്കൊരു പണിപ്പുര ഉണ്ടായിരുന്നു- മൃതദേഹങ്ങൾ കീറിമുറിക്കാൻ. പണിയെന്നും രാത്രിയിലായിരുന്നു; അതും ഒറ്റക്ക്. ഈ ജോലി അങ്ങേർക്ക് വലിയ പ്രിയമായിരുന്നുവെന്ന് വിചാരിക്കേണ്ട. ശരിക്കു പറഞ്ഞാൽ, അദ്ദേഹത്തിന് അതിനോട് വെറുപ്പായിരുന്നു. എങ്കിലും, ജോലിചെയ്യുന്നത് നിർത്താൻ മൂപ്പർ തയ്യാറായില്ല.

ഡാ വിഞ്ചി മരിച്ച് ഏറെ നാൾ കഴിഞ്ഞാണ് മനുഷ്യശരീരത്തെ സംബന്ധിച്ച അദ്ദേഹത്തിന്റെ ചിത്രങ്ങൾ കണ്ടെടുക്കപ്പെട്ടത് - അതുവരെ ആരും അത്തരം ചിത്രങ്ങൾ കണ്ടിട്ടുണ്ടായിരുന്നില്ല. പാദത്തിന്റെ ചിത്രം ഉദാഹരണമായെടുക്കാം. ഒരേ പാദം മൂന്നു രീതിയിൽ നീങ്ങുന്നതായി അദ്ദേഹം വരച്ചിരിക്കുന്നത് കാണാം. ചില പാദങ്ങളിൽ ചർമ്മം കാണാനില്ല. പാദത്തിലെ പേശികളെ പുറത്തുകാണിക്കാനാണ് അദ്ദേഹം അതങ്ങനെ വരച്ചിരിക്കുന്നത്. ചിലയിടങ്ങളിൽ പേശികൾ കയറോ ചരടോപോലെയാണ് വരച്ചിരിക്കുന്നത്. പേശികൾ കാലുകളെ എങ്ങനെ ചലിപ്പിക്കുന്നുവെന്ന് കാണിക്കാൻ ഇതു സഹായിച്ചു. ഈ ചത്രങ്ങൾക്കൊന്നും വിവരണങ്ങൾ വേണ്ടിയിരുന്നില്ല. വാക്കുകളേക്കാൾ വാചാലമാണ് ഡാ വിഞ്ചിയുടെ ചിത്രങ്ങൾ. കാര്യങ്ങൾ ഏതുപോലെയാണോ അതുപോലെതന്നെയാണ് അദ്ദേഹത്തിന്റെ വരകൾ.

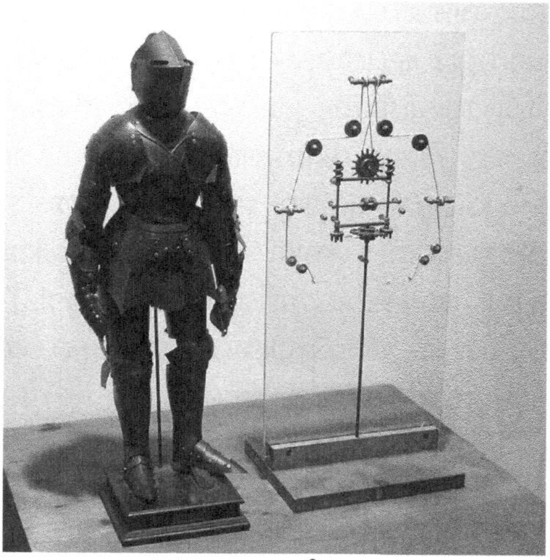

യന്ത്രമനുഷ്യന്റെ മാതൃക

(മനുഷ്യ)ശരീരം, ഡാ വിഞ്ചി വിശ്വസിച്ചതുപോലെ, ഒരു യന്ത്രമാണെങ്കിൽ, ഒരു യന്ത്രമനുഷ്യനെ നിർമ്മിക്കുക അത്ര പ്രയാസമുള്ള കാര്യമല്ല. 1495-ൽ, ഡാ വിഞ്ചിയാണ് ആദ്യത്തെ യന്ത്രമനുഷ്യനെ (robot) രൂപപ്പെടുത്തിയത്. അദ്ദേഹം യന്ത്രമനുഷ്യനെ നിർമ്മിച്ചുവെന്നതിന് ധാരാളം തെളിവുകളുണ്ട്. അതു പടച്ചട്ടയണിഞ്ഞ ഒരു യോദ്ധാവായിരുന്നു. അതിനിരിക്കാൻ പറ്റും; തല കറക്കാൻ പറ്റും; കൈകൾ വീശാനും കഴിയും. പറഞ്ഞല്ലോ, കാലത്തിനുമുമ്പേ ചിന്തിച്ച കലാകാരനാണ് ഡാ വിഞ്ചി.

Virgin and Child with St. Anne, ca. 1510

പോരടിക്കുന്ന കലാകാരന്മാർ

നവോത്ഥാന കാലത്തെ മഹാകലാകാരനാണ് ഡാ വിഞ്ചി. പക്ഷേ, അദ്ദേഹം മാത്രമായിരുന്നില്ല അക്കാലത്തെ ഒരേയൊരു മഹാകലാകാരൻ. അക്കാലത്ത് മഹാപ്രതിഭകളായിരുന്ന വലിയ കലാകാരന്മാർ ഇറ്റലിയിൽത്തന്നെ ധാരാളമുണ്ടായിരുന്നു. അവരിലൊരാൾ റാഫേൽ എന്നയാളാണ്; മറ്റൊരു വലിയ കലാകാരൻ മൈക്കലാഞ്ചലോയും.

റാഫേൽ ജനിച്ചത് ഇറ്റലിയിലെ ഉർബിനോവിലാണ് - 1483 ഏപ്രിൽ ആറിന്. അച്ഛനാണ് അദ്ദേഹത്തെ വരക്കാൻ പഠിപ്പിച്ചത്. ഇരുപത്തിയൊന്നു വയസ്സായപ്പോൾ റാഫേൽ ഫ്ലോറൻസിലേക്ക് വിട്ടു. അവിടെവെച്ച് അദ്ദേഹം ഡാ വിഞ്ചിയുടെയും മൈക്കലാഞ്ചലോയുടെയും സൃഷ്ടികൾ പഠിച്ചു. അക്കാലത്ത് പ്രശസ്തി ഏറ്റവും നേടിയ കലാകാരൻ റാഫേൽ ആയിരുന്നു. അദ്ദേഹത്തിന്റെ 'മേരിയും ഉണ്ണിയേശുവും' പ്രത്യേക മാധുര്യമുള്ളതാണ്. അദ്ദേഹത്തിന്റെ വർണ്ണങ്ങൾ ശുദ്ധവും ശക്തവുമാണ്. അവയൊരിക്കലും നമ്മെ അസ്വസ്ഥരാക്കില്ല. അദ്ദേഹത്തിന്റെ വകയായി രണ്ടു കൂറ്റൻ ചുമർചിത്രങ്ങളുണ്ട് (ഫ്രസ്കോ). അതിലൊന്ന് 'ഏഥൻസിലെ വിദ്യാലയം' ആണ്. പുരാതന ഗ്രീസിലെ ചിന്തകരുടെ ഛായാചിത്രങ്ങളാണ് ഇതിൽ. ചിത്രത്തിന്റെ നടുവിലായി പ്ലേറ്റോ, അരിസ്റ്റോട്ടിൽ എന്നിവരെ കാണാം. ഖേദകരമെന്നു പറയട്ടെ, റാഫേൽ മുപ്പത്തിയേഴാം പിറന്നാളായപ്പോൾ മരിച്ചുപോയി.

ഏഥൻസിലെ വിദ്യാലയം-റാഫേൽ

മൈക്കലാഞ്ചലോ ജനിച്ചതും ഇറ്റലിയിൽത്തന്നെയാണ്- കപ്രീസിൽ - 1475-ൽ. അദ്ദേഹത്തിന്, കലാകാരനെന്ന പ്രശസ്തി മാത്രമല്ല, ദീർഘായുസ്സുമുണ്ടായിരുന്നു. മൂപ്പരുടെ താൽപ്പര്യം ചിത്രകലയിലായിരുന്നില്ല, ശില്പനിർമ്മാണത്തിലായിരുന്നു. മനോഹരമായ ഇറ്റാലിയൻ വെണ്ണക്കല്ലുകളിൽ ശിൽപ്പങ്ങൾ സൃഷ്ടിക്കുന്നത് അദ്ദേഹത്തിനൊരു ഹരമായിരുന്നു. ഫ്ലോറൻസിൽ അദ്ദേഹത്തിന്റേതായി ഒരു മനോഹരശില്പമുണ്ട്: ദാവീദ് (David). മറ്റൊന്ന്, പ്രശസ്തമായ 'പിയറ്റാ (pieta)' യാണ് - യേശുവിന്റെ ശരീരം താങ്ങിയിരിക്കുന്ന മേരിയുടെ രൂപം. ശോകസാന്ദ്രമായ ആർദ്രത നിറഞ്ഞതാണ് പിയറ്റാ. അതു തീർക്കുന്ന കാലത്ത് ആഞ്ചലോവിന് പ്രായം വെറും ഇരുപത്തിമൂന്നായിരുന്നു.

മൈക്കലാഞ്ചലോ ശില്പിയാണെങ്കിലും, ചിത്രമെഴുത്തുകാരൻ കൂടിയായിരുന്നു. റോമിലെ പോപ്പിനുവേണ്ടി സിസ്റ്റീൻ ചാപ്പലിലെ മച്ചിലാകെ ചിത്രമെഴുതിയതിനാണ് അദ്ദേഹം ഏറെ പ്രശസ്തനായത്. ആ ചിത്രമെഴുതിത്തീർക്കാൻ അദ്ദേഹം നാലുകൊല്ലമെടുത്തു.

പിയറ്റാ (pieta)-മൈക്കലാഞ്ചലോ

അറുപതടി ഉയരത്തിൽ ഒരു മഞ്ചത്തിൽ നിന്നാണ് അദ്ദേഹം അതു മുഴുവൻ വരച്ചത്. ബൈബിളിലെ പഴയനിയമത്തിലെ ഉൽപ്പത്തിയടക്കമുള്ള കഥകളാണ് ചിത്രത്തിന്റെ പ്രമേയം.

റാഫേൽ ഡാ വിഞ്ചിയുടെ ആരാധകനായിരുന്നു; ആഞ്ചലോ ആയിരുന്നില്ല. അദ്ദേഹത്തിന് ഡാ വിഞ്ചിയെ ഇഷ്ടമല്ലായിരുന്നു; ഡാ വിഞ്ചിക്ക് ആഞ്ചലോയേയും. രണ്ടാളും രണ്ടു തരക്കാരായിരുന്നു. മൈക്കലാഞ്ചലോയുടെ കുടുംബക്കാർ പണക്കാരായിരുന്നു. ഡാ വിഞ്ചിയുടെ കുടുംബത്തിന്റെ കാര്യം പറയേണ്ടല്ലോ. അദ്ദേഹത്തിന് കുടുംബമേ ഇല്ലായിരുന്നല്ലോ. ആഞ്ചലോ പണക്കാരനൊക്കെത്തന്നെ; പക്ഷേ, ചങ്ങാതി കുളിക്കില്ല; ഉടുപ്പു മാറ്റില്ല. പണിപ്പുരയിൽ നിലത്തുകിടന്നാണ് മൂപ്പരുടെ ഉറക്കം. ആളൊരു കുള്ളനാണ്; ചെറിയൊരു കൂനുള്ളവൻ; പെട്ടെന്ന് പൊട്ടിത്തെറിക്കുന്നവൻ. ഡാ വിഞ്ചിയോ? സുന്ദരൻ; നന്നായി ഉടുത്തൊരുങ്ങുന്നവൻ; വശീകരണശക്തിയുള്ളവൻ. ദാവീദ് എന്ന ഭീമപ്രതിമയുടെ പേരിൽ ഇരുപത്തിയേഴാമത്തെ വയസ്സിലേ

പേരെടുത്തയാളാണ് മൈക്കലാഞ്ചലോ. ഡാ വിഞ്ചിയാകട്ടേ, പ്രതിമ അത്രയ്ക്കൊന്നുമില്ലെന്ന അഭിപ്രായക്കാരനായിരുന്നു. അതദ്ദേഹം തുറന്നടിക്കുകയും ചെയ്തു. ഡാ വിഞ്ചിയുടെ പുച്ഛമറിഞ്ഞ ആഞ്ചലോ അടങ്ങിയിരിക്കുമോ? കുതിരപ്രതിമ പൂർത്തിയാക്കാത്തതിന്റെ പേരിൽ അദ്ദേഹം വിഞ്ചിയെ പരസ്യമായ് കളിയാക്കി:

"നാണമില്ലല്ലോ മനുഷ്യാ, പ്രതിമ വെള്ളോട്ടിൽത്തീർക്കാതെ വിട്ടുകളയാൻ! നിങ്ങളെ വിശ്വസിച്ച മിലാനിലെ മണ്ടന്മാരെ പറഞ്ഞാൽ മതി."

ഡാ വിഞ്ചിയേക്കാൾ ഇരുപത്തിയേഴ വയസ്സിനിളയതാണ് ആഞ്ചലോ എന്നുകൂടി ഓർക്കണം.

ഒരിക്കൽ ഫ്ലോറൻസിലെ സർക്കാർ രണ്ടുപേരോടും കൂടെ ഒരു കെട്ടിടത്തിന്റെ ചുമരിൽ ചിത്രങ്ങൾ വരക്കാൻ ആവശ്യപ്പെട്ടു. അതൊരു കടുത്ത മത്സരമായ് മാറുകയുണ്ടായി. ഫ്ലോറൻസ് വിജയം നേടിയ യുദ്ധങ്ങളിലെ രംഗങ്ങളാണ് വരക്കേണ്ടിയിരുന്നത്. ചിത്രങ്ങൾ ചുമരിൽ നേരിട്ടാണ് വരക്കേണ്ടത് - പണ്ട് മഠത്തിലെ ചുമരിൽ ഡാ വിഞ്ചി 'അവസാനത്തെ അത്താഴം' എഴുതിയതുപോലെ. ഡാ വിഞ്ചി തന്റെ ചിത്രത്തിന് ഉദ്ദേശിച്ച വലുപ്പം 60X24 അടിയാണ്. അദ്ദേഹം ആദ്യം കുറേ സ്കെച്ചുകൾ വരച്ചു. സംഘട്ടനങ്ങൾ ഒരുപാടുള്ള ഒരു രംഗം വരക്കാനാണ് അദ്ദേഹം മനസ്സിൽ കരുതിയത് - മുൻകാലുകൾ വായുവിൽ ഉയർത്തിനിൽക്കുന്ന കുതിരകൾ, പോരടിക്കുന്ന രണവീരന്മാർ,.. -യുദ്ധത്തിന്റെ ഭീകരതയും ചിത്രം വെളിവാക്കണം - മരിച്ചുമലക്കുന്നവർ, വേദനകൊണ്ട് കാറിക്കരയുന്നവർ, ചെളിയും ധൂളിയും നിണവും നിറഞ്ഞ പടക്കളം....

ചിത്രം രൂപകൽപ്പന ചെയ്തശേഷം ഡാ വിഞ്ചി അതിന്റെ ഒരു കാർട്ടൂണുണ്ടാക്കി. ഇന്നു നമ്മൾ കാണുന്ന, സങ്കൽപ്പിക്കുന്ന, കാർട്ടൂണല്ല നവോത്ഥാനകാലത്തെ കാർട്ടൂൺ. ഇന്നു നാം കാണുന്ന കാർട്ടൂണുകൾ പത്രമാസികകളിലെ ഹാസ്യചിത്രങ്ങളാണല്ലോ. അന്ന്, കാർട്ടൂൺ വെറും രേഖാചിത്രമായിരുന്നു - ഫ്രസ്കോ

വരക്കാനുള്ള ആദ്യപടി. ചിത്രത്തിനാവശ്യമായ അതേ വലുപ്പത്തിൽ ചിത്രകാരൻ രേഖാചിത്രം -കാർട്ടൂൺ - വരക്കും; പിന്നീടത് ചുമരിൽ ചേർക്കും; ചിത്രത്തിന്റെ വരകളിലൂടെ ചെറിയ സുഷിരങ്ങളുണ്ടാക്കും; ഈ സുഷിരങ്ങളിലൂടെ അയാൾ കരി കൊണ്ട് വീണ്ടും വരക്കും. കാർട്ടൂൺ ചുമരിൽനിന്ന് മാറ്റുമ്പോൾ കരികൊണ്ടുള്ള രൂപരേഖ ചുമരിൽ ശേഷിക്കും. പിന്നീടാണ് ചിത്രകാരൻ ചായപ്പണി ആരംഭിക്കുക. ഡാ വിഞ്ചി അന്നു ചിത്രത്തിനു വേണ്ടി വരച്ച കാർട്ടൂൺ ഇന്നും ഒരു മ്യൂസിയത്തിലിരിപ്പുണ്ട്.

ഡാ വിഞ്ചി ചുമർചിത്രമെഴുതാൻ കാർട്ടൂൺ വരച്ചതൊക്കെ ശരി തന്നെ. പക്ഷേ, പതിവുപോലെ, സാധാരണ മട്ടിൽ ഫ്രസ്കോ ചെയ്യാൻ അദ്ദേഹം തയ്യാറായില്ല. മൂപ്പർക്കെന്നും പരീക്ഷണം ഇഷ്ടമായിരുന്നല്ലോ. ചിത്രമെഴുതാൻ അദ്ദേഹം എണ്ണച്ചായമാണ് ഉപയോഗിച്ചത്. ചായം പ്രയോഗിച്ചശേഷം അദ്ദേഹം ചിത്രത്തിനു മേൽ കൽക്കരിത്തീ പ്രയോഗിച്ചു. കൽക്കരിച്ചൂട്.

എന്തിനാണെന്നോ? ചായം പെട്ടെന്നുണങ്ങാൻ. ഈയൊരു രീതി അദ്ദേഹം തന്റെ പണിപ്പുരയിൽ പ്രയോഗിച്ചതാണ്. പക്ഷേ, അത് ചെറിയൊരു സ്ഥലത്തായിരുന്നു. ചെറിയ സ്ഥലത്ത് പ്രായോഗികമായത് വലിയൊരു ചുമരിൽ പ്രായോഗികമാകണമെന്നില്ല. ചുമരിൽ അതു ഫലിച്ചില്ല. ചിത്രത്തിന് വളരെയടുത്ത് തീ വെച്ചപ്പോൾ ചായം ഉരുകിയൊലിച്ചു; തീ ദൂരെ പിടിച്ചപ്പോൾ ചായം ഉണങ്ങാനുള്ള ചൂടു കിട്ടാതെ പോയി. ഡാ വിഞ്ചിയുടെ യുദ്ധരംഗത്തിന്റെ മുകൾ ഭാഗം മുഴുവൻ പുകകൊണ്ട് കറുത്തുപോയി; മറ്റു ഭാഗങ്ങൾ ഉരുകിയൊലിച്ചും പോയി. മൂന്നുകൊല്ലത്തെ കഠിനാദ്ധ്വാനത്തിനു ശേഷം ഡാ വിഞ്ചിക്ക് കൈവന്നതെന്തെന്നോ? താറുമാറായൊരു ചുമർ. പക്ഷേ, ഒരാശ്വാസം അദ്ദേഹത്തിനുണ്ടായി: മൈക്കലാഞ്ചലോവിനും തന്റെ ചിത്രം ചുമരിൽ പൂർത്തിയാക്കാൻ കഴിഞ്ഞില്ല. ആഞ്ചലോയുടെ ചിത്രം പൂർത്തിയാകാത്തതിലുള്ള ഡാ വിഞ്ചിയുടെ സന്തോഷം, തന്റെ ചിത്രം കുളമായതിലുള്ള സങ്കടത്തേക്കാൾ വലുതായിരുന്നു. 1504-ൽ മൈക്കലാഞ്ചലോ,

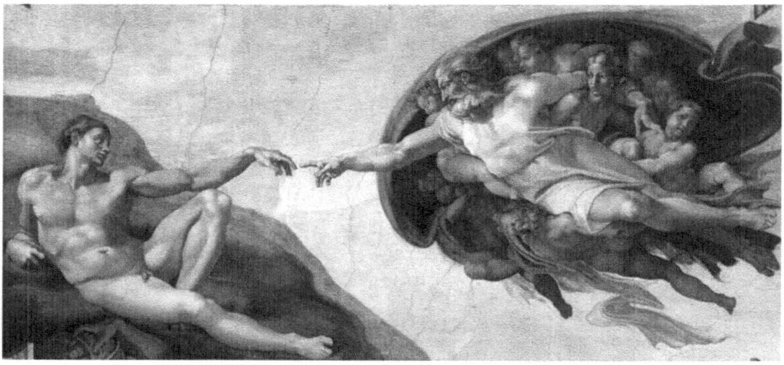

ക്രിയേഷൻ ഓഫ് ആദം

പോപ്പ് വിളിച്ചതുകൊണ്ട്, റോമിലേക്ക് പോയി. അവിടെ പോപ്പ് അദ്ദേഹത്തിന് ധാരാളം ജോലികൾ നൽകി. അതിലൊന്നായിരുന്ന പോപ്പിന്റെ ചാപ്പലിലെ മച്ചിലെ 'ഫ്രസ്കോ.' ആ ചാപ്പലിന്റെ പേരറിയാമല്ലോ? 'സിസ്റ്റീൻ ചാപ്പൽ.'

Bacchus (St. John in the Wilderness), ca. 1510-15

St. John the Baptist, 1513-16

ഡാ വിഞ്ചിയുടെ പെണ്ണുങ്ങൾ

ഡാ വിഞ്ചി തൊട്ടതെല്ലാം കുളമാകുമെന്നൊരു ധാരണ നിങ്ങൾക്കുണ്ടായേക്കാം. എന്നാൽ, ആ ധാരണ ശരിയല്ല. തൊടുന്നത് തങ്കമാക്കാനും അദ്ദേഹത്തിന് അറിയാമായിരുന്നു. ചില ചിത്രങ്ങളൊക്കെ അദ്ദേഹം ശരിക്കും പൂർത്തിയാക്കിയിട്ടുണ്ട്. അവയിൽ പത്തെണ്ണമേ ലോകത്തിന്റെ അറിവിലുള്ളൂ. സമ്മതിച്ചു, പത്തൊരു ചെറിയ സംഖ്യയാണ്. പക്ഷേ, ആ പത്തിലോരോന്നും ഒരു നിധിയാണ്, വിലമതിക്കാനാകാത്ത നിധി.

1505-ൽ, ധനികനായ ഒരു സിൽക്ക് വ്യാപാരി ഡാ വിഞ്ചിയെ സമീപിച്ചു. അയാൾക്ക് തന്റെ ഭാര്യയുടെ ഒരു ഛായാചിത്രം വേണം. ഡാ വിഞ്ചിയാണ് അതു വരക്കേണ്ടത്. ചിത്രമെഴുത്ത് ഡാ വിഞ്ചിക്ക് മടുത്തുപോയിരുന്ന കാലത്താണ് പട്ടുകച്ചവടക്കാരൻ ഈ ആവശ്യവുമായ് ഡാ വിഞ്ചിയെ സമീപിക്കുന്നത്. അക്കാലത്ത് അദ്ദേഹം സ്നേഹിതരോട് പറയുമായിരുന്നു:

"ചായത്തൂലിക കാണുന്നതേ എനിക്ക് വെറുപ്പാണ്."

പക്ഷേ, എന്താണെന്നറിയില്ല, ഡാ വിഞ്ചി വ്യാപാരിയെ നിരാശനാക്കിയില്ല. ഒരു പക്ഷേ, അദ്ദേഹത്തിന് പണത്തിന് പഞ്ഞം വന്നിരിക്കാം; അതല്ലെങ്കിൽ, വ്യാപാരിയുടെ ഭാര്യയുടെ മുഖം അദ്ദേഹത്തെ ആകർഷിച്ചിരിക്കാം; വിശിഷ്യ, ആ മുഖത്തെ മന്ദസ്മിതം. കാരണമെന്തായാലും, ഡാ വിഞ്ചി ജോലി ഏറ്റെടുത്തു; കുറേ വർഷങ്ങളെടുത്ത് അതു പൂർത്തീകരിക്കുകയും ചെയ്തു.

മോണാ ലിസ

പട്ടുവ്യാപാരിയുടെ ഭാര്യയുടെ പേര് 'ലിസ' എന്നായിരുന്നു. അങ്ങനെയാണ് കേൾവി. ഫ്ലോറൻസുകാരനായ വ്യാപാരിയുടെ പേര് 'ഫ്രാൻസെസ്കോ ഡെൽ ജോക്കോണ്ടോ' എന്നാണ്. ഈ ദമ്പതികളുടെ രണ്ടാമത്തെ മകൻ ആൻഡ്രിയയുടെ പിറവി ആഘോഷിക്കാനാണ് ചിത്രം വരപ്പിക്കപ്പെട്ടതെന്ന് പറയപ്പെടുന്നു. ചിത്രം അറിയപ്പെടുന്നത് ഏതു പേരിലാണെന്ന് അറിയാമല്ലോ? അതേ, 'മോണാ ലിസ' എന്ന പേരിൽ.

ചിത്രത്തിൽ ലിസയുടെ ശരീരത്തിന്റെ മുകൾ ഭാഗമേ കാണാനുള്ളൂ. പിറകിൽ ഒരു പ്രകൃതി ദൃശ്യം കാണാം - മഞ്ഞിൽ മാഞ്ഞു പോകുന്ന പരുക്കൻ പർവ്വതങ്ങളിലേക്ക് വളഞ്ഞുപോകുന്നൊരു പാത. ലിസ ധരിച്ചിരിക്കുന്നതൊരു കറുത്ത കുപ്പായമാണ്. ലളിതമായ വേഷം. ആഡംബരപരമായ ആഭരണങ്ങളൊന്നുമില്ല. അവളുടെ നീണ്ട ചുരുൾമുടിയെ മൂടുന്ന കറുത്തൊരു ശിരോവസ്ത്രവും ചിത്രത്തിലുണ്ട്. വിധവകളാണ്, അന്നുമിന്നും, ഇങ്ങനെ കറുപ്പണിയുന്നത്. പട്ടുവ്യാപാരിയുടെ ഭാര്യ, ലിസ, പക്ഷേ, വിധവയായിരുന്നില്ല. ഒരു പക്ഷേ, ചിത്രത്തിലുള്ളത് ലിസയായിരിക്കില്ല. നമുക്കറിയാത്ത ആരോ ആയിരിക്കണം. 'മോണാ ലിസ' ആരെന്നത് ഇന്നും ആ ചിത്രത്തെക്കുറിച്ചുള്ള രഹസ്യങ്ങളിലൊന്നാണ്.

ചിത്രത്തിൽ ലിസ കൈകൾ പിണച്ചുവെച്ചിരിക്കുന്നു. മനോഹരമായ കൈവിരലുകൾ നീണ്ട് മൃദുവായിരിക്കുന്നവയാണ്. അവ നോക്കിയിരിക്കേ, ചർമ്മത്തിനു കീഴെ അസ്ഥികളും പേശികളുമുണ്ടെന്ന് നമുക്ക് നിഷ്പ്രയാസം മനസ്സിലാകും. ആ വിരലുകൾ ചായം കൊണ്ട് വരച്ചതാണെന്ന് നാമറിയാതെ മറന്നുപോകും. എന്നാൽ, ഇതൊന്നുമല്ല ആളുകളെ ലിസയിലേക്ക് അടുപ്പിക്കുന്നത്. അത്, അവളുടെ പുഞ്ചിരിയാണ് - ശാന്തമായൊരു അർദ്ധമന്ദസ്മിതം. അവളെന്തോ രഹസ്യം ഒളിപ്പിച്ചിരിക്കുകയാണെന്ന് നമുക്കു തോന്നും. ആ കണ്ണുകളിൽ എന്തോ ഒരു നിഗൂഢത വിളയാടുന്നുണ്ട്. അവൾക്കു മാത്രം കാണാവുന്ന എന്തോ ഒന്നിലേക്ക് കണ്ണും നട്ടിരിപ്പാണവൾ.

ഒരു പക്ഷേ, ലോകത്തിലെ ഏറ്റവും വിഖ്യാതമായ ചിത്രമായിരിക്കണം 'മോണാ ലിസ'. എന്തുകൊണ്ടെന്ന് ചോദിക്കരുത്. ചോദിച്ചാൽ, ഉത്തരമില്ല. ഡാ വിഞ്ചിക്കും 'ലിസ' ഏറെ പ്രിയങ്കരമായിരുന്നു. ചിത്രം പൂർത്തിയാക്കിയപ്പോൾ, അതു വിട്ടുകൊടുക്കാൻ അദ്ദേഹം തയ്യാറായില്ല. സത്യത്തിൽ, ജീവിതാന്ത്യം വരെ അദ്ദേഹം ആ ചിത്രം തനിക്കൊപ്പം കൊണ്ടുനടന്നു.

'മോണാ ലിസ' മനോഹരമാണ് - നാട്ടുകാർ അതു സമ്മതിക്കുന്നു. എന്നാൽ, 'ലിസ'യേക്കാൾ മനോഹരമായ മറ്റൊരു ചിത്രമുണ്ട് ഡാ വിഞ്ചിയുടെ വകയായി - 'കീരിക്കൊപ്പമുള്ള ചെറുപ്പക്കാരി' എന്നാണ് ആ ചിത്രത്തിന്റെ ശീർഷകം. ഇംഗ്ലീഷിൽ young girl with ermine എന്നു പറയും. കീരിയെപ്പോലൊരു ജന്തുവാണ് ermine (ഏർമിൻ). മഞ്ഞുകാലത്ത് ഈ ജന്തുവിന്റെ രോമാവരണം വെളുപ്പാകും. ചിത്രത്തിലും കീരിയുടെ രോമം വെളുവെളുത്തിട്ടാണ്. ചായമെഴുതാനുള്ള തൂലികയുണ്ടാക്കാൻ കീരിയുടെ രോമം ചിത്രകാരന്മാർ ഉപയോഗിക്കാറുണ്ട്. ഡാ വിഞ്ചി ഈ ചിത്രമെഴുതാൻ കീരിരോമമുള്ള തൂലികയാണാവോ ഉപയോഗിച്ചത്! ആയിരക്കണമെന്ന് ചില നാട്ടുകാർ പറയുന്നു.

'ലിസ'യിലെന്നപോലെ യുവതിയുടെ മേൽഭാഗമാണ് ചിത്രത്തിൽ ദൃശ്യമാകുന്നത്. പക്ഷേ, അവളുടെ പശ്ചാത്തലം

കീരിക്കൊപ്പമുള്ള ചെറുപ്പക്കാരി

പ്രകൃതിയല്ല. പ്രഖരമായ കറുപ്പാണ് ഇവിടെയുള്ള പശ്ചാത്തലം. അവളോ, കീരിയോ നോക്കുന്നത് ചിത്രം നോക്കുന്നയാളെയല്ല; ഒരു വശത്തേക്കാണ് അവരുടെ നോട്ടം. ആരെയാണ്, എന്തിനെയാണ് അവർ നോക്കുന്നത്? ആവോ, ആർക്കറിയാം! ലിസയേക്കാൾ സമ്പന്നമാണ് അവളുടെ വേഷം; സുന്ദരവും. കഴുത്തിലൊരു മുത്തുമാലയും ചുറ്റിയിട്ടുണ്ട്. സ്വർണ്ണ ഇഴകളും കറുത്ത തലപ്പുമുള്ള ഉടുപ്പ് പാതി നീലയും പാതി ചോപ്പുമാണ്. തുണി വെൽവെറ്റുകൊണ്ടുള്ളതാണെന്നേ തോന്നൂ.

ലിസയെക്കണ്ടാൽ അവളേതോ മധുര സ്വപ്നത്തിലാണെന്നു തോന്നും. എന്നാൽ, കീരിക്കൊപ്പമുള്ള സുന്ദരിയെക്കണ്ടാൽ അവൾ മൂർച്ചയുള്ള മനസ്സിന്റെ ഉടമയാണെന്നാണ് തോന്നുക. അവളുടെ കണ്ണുകളിൽ ജാഗ്രത കാണാം; വിരലുകളിൽ പിരിമുറുക്കവും. ലിസയുടെ വിരലുകളിലെ ശിഥിലത ആ വിരലുകളിലില്ല. ഇരിപ്പിലൂടെയും മുഖഭാവത്തിലൂടെയും ഡാ വിഞ്ചി രണ്ടു ചിത്രങ്ങളിലൂടെയും വരച്ചുവെച്ചത് രണ്ടു തരം സ്ത്രീകളെയാണ്.

'കീരിക്കൊപ്പമുള്ള യുവസുന്ദരി', പക്ഷേ, 'ലിസ'യെപ്പോലെ വിശ്വവിഖ്യാതമല്ല. പോളണ്ടിലെ ഒരു മ്യൂസിയത്തിൽ അതിന്നുമുണ്ട്.

ബെഞ്ചി (Benci)

'മോണാ ലിസ'യും ഒരു മ്യൂസിയത്തിലാണുള്ളത് - പാരീസിലെ പേരുകേട്ട ലൂവ്രെ (Louvre)യിൽ. ലിസയെക്കാണാൻ അവിടെ എന്നും ആളുകൾ നിത്യവുമെത്താറുണ്ട്. ഇവ രണ്ടിലുംവെച്ച് ഏതാണ് ഏറെ സുന്ദരം? അതു കാണുന്നവർ നിശ്ചയിക്കട്ടെ, അല്ലേ?

വാഷിംഗ്ടൺ ഡി. സിയിലുമുണ്ട് ഡാ വിഞ്ചിയുടെ ഒരു പടം - അമേരിക്കയിൽ ഡാ വിഞ്ചിയുടേതായി ഈ ഒരു ചിത്രമേയുള്ളൂ. ഇതും ഒരു യുവതിയുടേതാണ് - ബെഞ്ചി (Benci) എന്നാണ് സുന്ദരിയുടെ പേര്. ചിത്രത്തിൽ ബെഞ്ചിയുടെ ശിരസ്സും മാറിടവും കാണാം. അവളുടെ ചർമ്മം പ്രേതങ്ങളുടേതുപോലെ വിളറിയിട്ടാണ്. കണ്ണുകളിൽ ശോകച്ഛവി നിഴലാടുന്നു. അവളുടെ മുഖഭാവം വായിച്ചെടുക്കുക പ്രയാസമാണ്. അതുകൊണ്ട്, വരുന്നവരെല്ലാം ചിത്രം ഉറ്റുനോക്കിക്കൊണ്ടേയിരിക്കും. ബെഞ്ചിയെ ഒരിക്കൽ കണ്ടാൽ അവൾ നിങ്ങളെ വേട്ടയാടിക്കൊണ്ടേയിരിക്കും.

Study of Horse and Rider, c. 1481

അവസാന ദിവസങ്ങൾ

1504-ൽ സെർ പിയെറോ മരിച്ചു. പിയെറോയെ ഓർമ്മയില്ലേ? ഡാ വിഞ്ചിയുടെ അച്ഛൻ. മരിക്കുമ്പോൾ അങ്ങേർക്ക് വയസ്സ് എഴുപത്തിയെട്ട്. ഒസ്യത്തൊന്നുമെഴുതാതെയാണ് പിയെറോ ലോകം വിട്ടത്. അതുകൊണ്ടെന്തു പറ്റി? ഡാ വിഞ്ചിക്ക് പിതൃസ്വത്തൊന്നും കിട്ടിയില്ല. അച്ഛന്റെ നിയമസാധുതയില്ലാത്ത, അനാശാസ്യ മകനാണല്ലോ ഡാ വിഞ്ചി. അച്ഛന്റെ സ്വത്തും പണവും മറ്റു മക്കളുടെ കയ്യിലായി.

മൂന്നു കൊല്ലങ്ങൾക്കുശേഷം ഫ്രാൻസെസ്കോയും മരിച്ചു. ഫ്രാൻസെസ്കോയെ മറന്നില്ലല്ലോ? ഡാ വിഞ്ചിയെ കുട്ടിക്കാലത്ത് സ്നേഹിച്ചിരുന്ന ഒരേയൊരാൾ - ഡാ വിഞ്ചിയുടെ അമ്മാവൻ. അദ്ദേഹം ഒസ്യത്തെഴുതിയാണ് മരിച്ചത്. തനിക്കുള്ളതെല്ലാം അദ്ദേഹം ഡാ വിഞ്ചിയുടെ പേരിലാണ് എഴുതിവെച്ചത് - സ്വത്തും പണവുമെല്ലാം. പക്ഷേ, ഡാ വിഞ്ചിയുടെ പാതി സഹോദരങ്ങൾക്ക് അതു കലിയുണ്ടാക്കി. അവർ കോടതിയെ സമീപിച്ചു. കോടതി എന്താണെന്നോ പറഞ്ഞത്? ഫ്രാൻസെസ്കോയുടെ നിലവും പണവും ഡാ വിഞ്ചി ഉപയോഗിച്ചോട്ടെ; ഡാ വിഞ്ചി മരിച്ചാൽ, പക്ഷേ, അതിനെല്ലാമുള്ള അവകാശം അദ്ദേഹത്തിന്റെ ബന്ധുക്കൾക്കു മാത്രമാണ്.

ഡാ വിഞ്ചിക്ക് ഇക്കാലത്ത് അറുപതു വയസ്സായിരുന്നു; ആരോഗ്യം അത്ര പന്തിയായിരുന്നില്ല. പോരാത്തതിന്,

ഫ്രാൻസിസ് ഒന്നാമൻ

സ്വന്തമായൊരു കുടിയില്ല; അത്ര കാലം ജോലിചെയ്തത് തെളിയിക്കാനുള്ളത്ര സംഗതികളുമില്ല. ആ നേരത്താണ് ഒരാൾ ഡാ വിഞ്ചിക്ക് ആശ്രയവുമായ് മുന്നോട്ടു വന്നത്. വന്നത് മറ്റാരുമല്ല, ഫ്രാൻസിലെ രാജാവ്, ഫ്രാൻസിസ് ഒന്നാമൻ. ഫ്രാൻസിസ്സിനു ഡാ വിഞ്ചിയുടെ പ്രതിഭയെക്കുറിച്ച് നല്ല മതിപ്പായിരുന്നു. അദ്ദേഹം ഡാ വിഞ്ചിക്കൊരു വീടു കൊടുത്തു; വീടിനൊപ്പം ഒരു പൂന്തോട്ടവും. ഡാ വിഞ്ചി അവിടേക്ക് താമസം മാറ്റിയപ്പോൾ തന്റെ തെമ്മാടിയെയും (സലായ്) കൂടെക്കൂട്ടി; ഒപ്പം മറ്റൊരു ചങ്ങാതിയെയും -ഫ്രാൻസെസ്കോ മെൽസിയെ. രാജാവിന് അതിൽ എതിർപ്പൊന്നുമുണ്ടായിരുന്നില്ല. അദ്ദേഹത്തിനു വേണ്ടത് ഡാ വിഞ്ചിയുടെ കൂട്ടുമാത്രമായിരുന്നു. ഫ്രാൻസിലേക്ക് താമസം മാറ്റിയപ്പോൾ, ഡാ വിഞ്ചി തന്റെ പുസ്തകങ്ങളെല്ലാം അങ്ങോട്ടു മാറ്റി; സ്കെച്ചു പുസ്തകങ്ങളും. അതോടൊപ്പം മൂന്നു ചിത്രങ്ങളും അദ്ദേഹം അവിടേക്കു കൊണ്ടുപോയി. അവയിലൊന്ന് 'മോണാ ലിസ'യായിരുന്നു.

ഫ്രാൻസിസ് ഒന്നാമന്റെ വീടും ഡാ വിഞ്ചിയുടെ വീടും അടുത്തടുത്തായിരുന്നു. അദ്ദേഹം എന്നും ഡാ വിഞ്ചിയെ വന്നു കാണും;

ഏറെ നേരം മിണ്ടിയും പറഞ്ഞുമിരിക്കും; ഏതെങ്കിലുമൊരു വിഷയമെടുത്ത് ഡാ വിഞ്ചിയുടെ അഭിപ്രായമാരായും. ഡാ വിഞ്ചിയുടെ സാന്നിദ്ധ്യത്തിലിരിക്കുന്നത് രാജാവിനെ അഭിമാനപുളകിതനാക്കിയിരുന്നു.

അങ്ങനെ, ഒടുവിൽ, ഡാ വിഞ്ചി ഫ്രാൻസിലാണ് ജീവിതം ജീവിച്ചു തീർത്തത്. 1519-ൽ മേയ് രണ്ടിനാണ് അദ്ദേഹം ഇഹലോകവാസം വെടിഞ്ഞത്. ഒരു കഥയനുസരിച്ച്, രാജാവിന്റെ കയ്യിൽക്കിടന്നാണ് അദ്ദേഹം മരിച്ചത്. തന്റെ കുതിരപ്രതിമയെക്കുറിച്ചാണ് അദ്ദേഹത്തിന്റെ അവസാനവാക്കുകളെന്ന് മറ്റൊരു കഥ പറയുന്നു - തനിക്കാ പ്രതിമ തീർക്കാൻ സാധിച്ചിരുന്നുവെങ്കിലെന്ന്. ഡാ വിഞ്ചിയുടെ മരണം സന്തോഷകരമായിരുന്നുവെന്ന് പറയാനാകില്ലെങ്കിലും, സങ്കടകരമായിരുന്നുവെന്നും പറയാനാകില്ല. മരിക്കുമ്പോൾ അദ്ദേഹം തന്റെ സ്കെച്ചുകൾ മുഴുവൻ ചങ്ങാതിയായ മെൽസിയെ ഏൽപ്പിച്ചു. അയാൾ അതെല്ലാം ഒരു പുസ്തകമായ് പ്രസിദ്ധീകരിച്ചു - ചിത്രകലയെക്കുറിച്ചൊരു നിബന്ധം. ചിത്രകലയെക്കുറിച്ചുള്ള ഡാ വിഞ്ചിയുടെ ചിന്തകളാണ് ഈ പുസ്തകത്തിലുള്ളത്.

ചിത്രകാരൻ എന്ന നിലയിലാണ് ഡാ വിഞ്ചിക്ക് ലോകത്തിലുള്ള ഖ്യാതി. പക്ഷേ, അദ്ദേഹം ചിത്രകാരൻ മാത്രമായിരുന്നില്ല. 'നവോത്ഥാന മാനവൻ' എന്നതിനുള്ള ഉത്തമ മാതൃകയാണ് ഡാ വിഞ്ചി. ജീവിതത്തിലെ എല്ലാ കാര്യത്തിലും ശാസ്ത്രീയമായ സമീപനം വച്ചുപുലർത്തുന്നവരാണ് നവോത്ഥാനമാനവർ. ഡാ വിഞ്ചിയും ജീവിതത്തെ ശാസ്ത്രീയമായാണ് സമീപിച്ചത് - കലയിലായാലും, സംഗീതത്തിലായാലും, മറ്റേതു കാര്യത്തിലായാലും. ശാസ്ത്രീയ മനോഭാവമുള്ള ഇത്തരമൊരു മനുഷ്യനെ കണ്ടുകിട്ടാൻ അസാദ്ധ്യമാണെന്നുതന്നെ പറയാം.

References:

Leonard's Horse: G. P. Putnam's Sons, 2001

Leonardo, Beautiful Dreamer: Robert Byrd, 2003

Who Was Leonardo da Vinci: Roberta Edwards, 2005

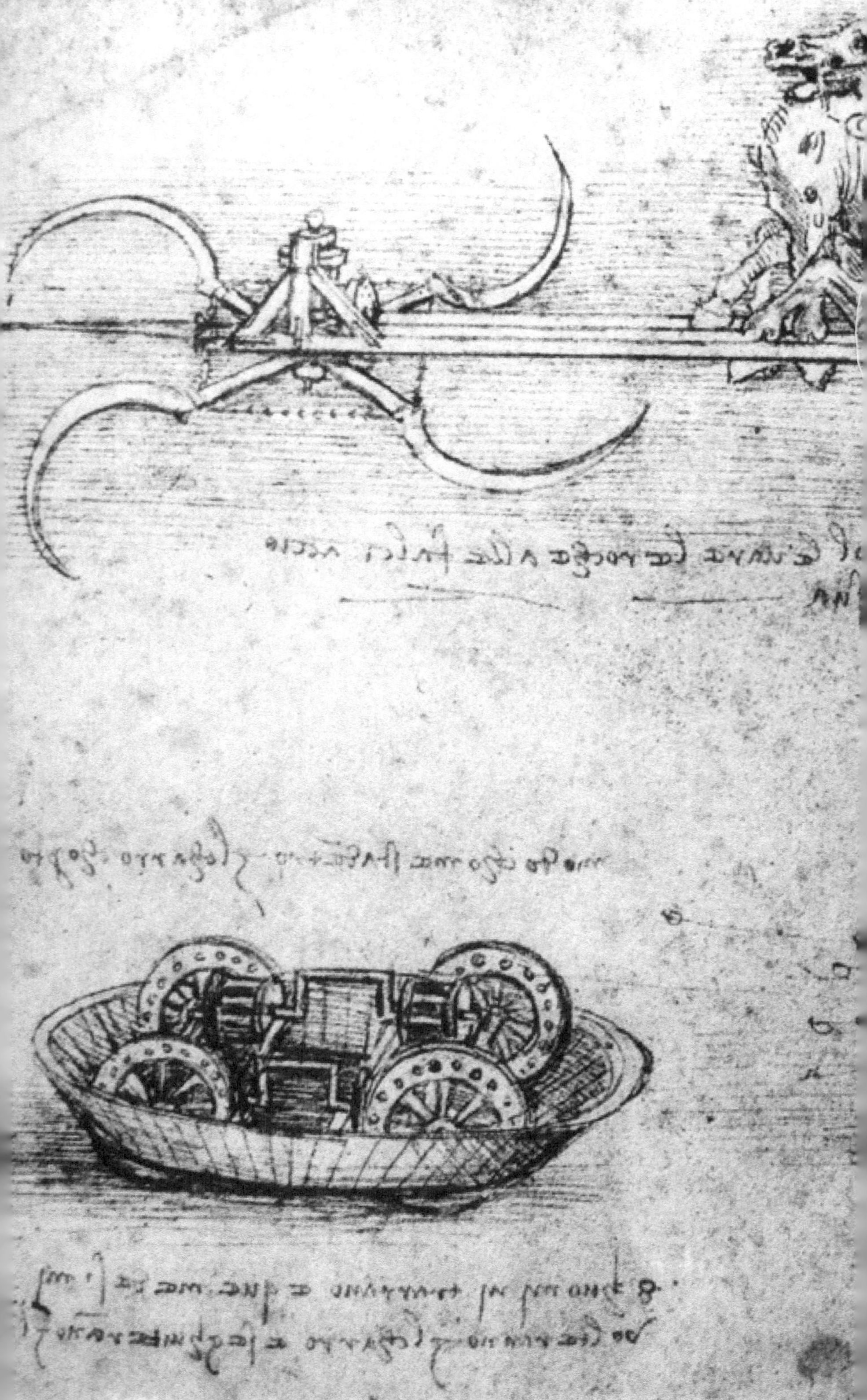